AF759021

ഡോ. വി.പി.പി. മുസ്തഫ

കാസർകോട് ജില്ലയിലെ തൃക്കരിപ്പൂർ സ്വദേശി. രാഷ്ട്രീയപ്രവർത്തകൻ, എഴുത്തുകാരൻ, പ്രഭാഷകൻ. മലയാളസാഹിത്യത്തിൽ ബിരുദാനന്തരബിരുദവും പി.എച്ച്.ഡിയും. നിയമപഠനത്തിൽ ബിരുദം. പ്രാദേശികപത്രപ്രവർത്തകനായിരുന്നു. കരഗതമായ സർക്കാർ ജോലികൾ ഒഴിവാക്കി മുഴുവൻസമയ രാഷ്ട്രീയപ്രവർത്തകനായി. പതിനഞ്ചുവർഷം കാസർകോട് ജില്ലാപഞ്ചായത്തംഗം.

കലയും പ്രത്യയശാസ്ത്രവും: ഇ.എം.എസിന്റെ വിചാരലോകം (പുസ്തകഭവൻ, പയ്യന്നൂർ, 2017) പ്രസിദ്ധീകരിച്ചിട്ടുണ്ട്.

പുരസ്കാരങ്ങൾ: മഹാകവി പി. സ്മാരകസമിതി ഉപന്യാസപുരസ്കാരം, കായിക്കര ആശാൻ മെമ്മോറിയൽ അസോസിയേഷൻ ആശാൻ പ്രൈസ്, ദുബായ് ദലയുടെ ദല - കൊച്ചുബാവ സാഹിത്യപുരസ്കാരം, അബുദാബി ശക്തി തിയറ്റേഴ്സിന്റെ ശക്തി അവാർഡ്, കോഴിക്കോട് ഖുറാൻ റിസർച്ച് സെന്റർ ട്രസ്റ്റിന്റെ മൗലവി ചേകന്നൂർ മെമ്മോറിയൽ എൻഡോവ്മെന്റ് അവാർഡ്, കാസർകോട് പബ്ലിക് സർവന്റ്സ് സൊസൈറ്റിയുടെ സാഹിത്യപുരസ്കാരം.

അച്ഛൻ: കെ.വി.പി. അബ്ദുൾഖാദർ, അമ്മ: വി.പി.പി. ബീഫാത്തിമ.
ഭാര്യ: സീനിയമാഹിൻ, മകൻ: അലൻ
വിലാസം: വൾവക്കാട്, ഇളമ്പച്ചി പി.ഒ., തൃക്കരിപ്പൂർ,
കാസർകോട് - 671 311
ഇമെയിൽ: vppmustafa@yahoo.com
മൊബൈൽ: 9495546339

Malayalam Language
Jaivaneethi darshanam
P Kavithayil
(Literary Criticism)
by
Dr. V P P Mustafa

♦

Published in January 2021
by Kairali Books Private Limited
Thalikkavu Road, Kannur.
Ph : 0497-2761200
E-Mail : Kairalibooksknr@gmail.com

♦

P Sketch
E.V. Ashokan

♦

Cover Design
Prasanth Mangad

♦

Printed at
Printing Park, Tly

© All rights reserved
No part of this publication may be reproduced, stored in or introduced into a retrieval system, or transmitted, in any form, or by any means, electronic, mechanical, photocopying, recording or otherwise without the prior written permission of the publisher.

Price ₹ : 130.00
111/20-21/Sl.No.1181/500/NS 18.6
ISBN 978-93-49726-40-6

ജൈവനീതി ദർശനം പി. കവിതയിൽ

ഡോ. വി.പി.പി. മുസ്തഫ

കൈരളി ബുക്സ്

ഉള്ളടക്കം

ഭക്തിയിലും പച്ചയിലും മുങ്ങിപ്പോകാത്ത പി

മഹാകവി പി.യെപ്പോലെ മലയാളകവിതയിൽ മറ്റൊരാളില്ല. ഏതു കാലത്തിനും പ്രിയപ്പെട്ട അപൂർവ്വം ചിലരിൽ ഒരാൾ. കാലം കഴിയുന്തോറും പുതുക്കപ്പെടുന്ന, ആവിഷ്കാരത്തിന്റെ അസാധാരണമായ കാവ്യാനുഭവം. ഇടർച്ചയില്ലാത്ത നൈതികബോധം പി കവിതയെ വ്യത്യസ്തവും സമകാലീനവുമാക്കുന്നു.

ജൈവനീതി ദർശനം പി കവിതയുടെ തിളക്കമാണ്. തന്റെ കവിത ഏതോ ദർശനത്താൽ തിളങ്ങുന്ന പ്രതിഭാസമാണെന്ന് കവി തന്നെ രേഖപ്പെടുത്തിയിട്ടുണ്ടല്ലോ– 'ജീവിതമാകെ തിളങ്ങി. ഏതോ ദർശനമുണ്ടായി.' മഹാകവിയുടെ ആദർശങ്ങളിൽ ഏറ്റവും സ്ഥൈര്യമുള്ളതാണിത്. പ്രകൃതിയുടെയും സംസ്കൃതിയുടെയും അഴകും പ്രകാശവും ആ കവിതകളിൽ നിറഞ്ഞുനിൽക്കുന്നു. 'മനുഷ്യർ ചതിക്കും; പ്രകൃതി ചതിക്കാറില്ല. അതിനാലാണ് പ്രകൃതിയെ ഞാൻ ഇത്രയേറെ ഇഷ്ടപ്പെടുന്ന' തെന്ന് പി പറയുന്നു.

പി കവിതയെ ജൈവനീതി ദർശനത്തിന്റെ വെളിച്ചത്തിൽ വായിക്കുകയാണ് ഈ കൃതിയിൽ. പി കവിതയെ പഠിക്കാനുള്ള ശ്രമം എനിക്കൊരു പ്രചോദനമായിരുന്നു.

> അന്നവനാദ്യം മഹാകവിയെ
> അത്ഭുതം കാണുകയായിരുന്നു.
>
> (*മുന്നെ പിന്നെ* - ആറ്റൂർ രവിവർമ്മ)

1999ൽ കാഞ്ഞങ്ങാട് മഹാകവി പി സ്മാരക സമിതി സംഘടിപ്പിച്ച ഉപന്യാസ മത്സരത്തിന്റെ വിഷയം *ജൈവനീതി ദർശനം പി കവിതകളിൽ* എന്നതായിരുന്നു. അതിൽ ഒന്നാംസമ്മാനത്തിന് ഈയുള്ളവൻ എഴുതിയ പ്രബന്ധം അർഹമായി. ആ പ്രബന്ധ

ത്തിന്റെ സംഗ്രഹം *തീർത്ഥയാത്രാപഥങ്ങളിൽ പതിഞ്ഞ പാദമുദ്ര കൾ* എന്ന തലക്കെട്ടിൽ സാഹിത്യലോകം മാസിക (കേരള സാഹിത്യ അക്കാദമി പ്രസിദ്ധീകരണം)യുടെ 2000 മെയ് -ജൂൺ, ജൂലായ് - ആഗസ്ത് (പുസ്തകം 25, ലക്കം 3,4) പതിപ്പുകളിൽ പ്രസിദ്ധീകരിച്ചു. കായിക്കര ആശാൻ മെമ്മോറിയൽ അസോസി യേഷന്റെ വിമർശന രചനയ്ക്കുള്ള ആശാൻ പ്രൈസ്(2005) നും ഈ പ്രബന്ധം തെരഞ്ഞെടുത്തു. അതു വിപുലീകരിച്ച് പുസ്തക രൂപത്തിൽ പ്രസിദ്ധീകരിക്കുന്നതിനുള്ള പരിശ്രമം നീണ്ടുപോയി. കോവിഡ് 19 വ്യാപനം തടയുന്നതിന് ഏർപ്പെടുത്തിയ ലോക് ഡൗൺ കാലം ഈ പഠനം പൂർത്തിയാക്കുന്നതിന് ഉപകരിച്ചു.

എത്രയോ വായനയ്ക്ക് വിധേയമായ പി കവിതയുടെ പുതു വായനയാണിത്. അതാണ് ഈ കൃതിയുടെ സാധ്യതയായി കരു തുന്നത്. വായനയുടെ സ്വഭാവത്തിൽ കാലാനുഗതമായ മാറ്റം സംഭ വിക്കുന്നുവെന്നത് യാഥാർത്ഥ്യമാണ്. അതിനാൽ പി കവിതയുടെ പുതു പുതു പഠനങ്ങൾ ഇനിയുമേറെയുണ്ടാകണം.

ഈ പി പഠനം പൂർത്തീകരിക്കുന്നതിനും പുസ്തകമായി പ്രസി ദ്ധീകരിക്കുന്നതിനും സഹായിച്ച എല്ലാവർക്കും ഔപചാരികത യുടെ നാട്യങ്ങളില്ലാത്ത നന്ദി.

ഡോ.വി.പി.പി. മുസ്തഫ

ജൈവനീതി ദർശനം

പരസ്പരം പ്രതിപ്രവർത്തിക്കുന്ന മനുഷ്യരടക്കമുള്ള ജീവികളും അവയുടെ പരിസരവും ഈ പ്രപഞ്ചമാകെയും ചേർന്നതാണ് ജൈവനീതി വ്യവസ്ഥ. ജീവനുള്ളതും ഇല്ലാത്തതുമായ എല്ലാം ഈ വ്യവസ്ഥയിൽ ഉൾപ്പെടുന്നു. ഭൗതികലോകവും ഭൗതികേതര ലോകവും ആശയലോകവും ജൈവവ്യവസ്ഥയുടെ ഭാഗങ്ങളാണ്. പ്രപഞ്ചത്തിന്റെ ഉല്പത്തിയും മനുഷ്യന്റെ ആവിർഭാവവും മുതൽ ജൈവനീതി വ്യവസ്ഥ പരിണാമങ്ങൾക്ക് വിധേയവുമാണ്. ആധുനികമനുഷ്യനിലേക്കുള്ള സാമൂഹിക വികാസ പ്രക്രിയ പ്രകൃതിയുമായുള്ള സഹവർത്തിത്വത്തിന് അടിവരയിടുന്നുണ്ട്.

ജൈവം എന്ന സങ്കല്പം ഇന്ന് പ്രവിശാലമാണ്. ജീവനെ സംബന്ധിച്ചും ജീവനുള്ളതിനെയും ഇല്ലാത്തതിനെയും സംബന്ധിച്ചുമുള്ള വീക്ഷണങ്ങളെ, പ്രകൃതിയുമായി ബന്ധപ്പെട്ട എല്ലാ സംഗതികളെയും 'ജൈവം' എന്നതുകൊണ്ട് പ്രകടിതമാക്കുന്നുണ്ട്. ആ നിലയിൽ ജൈവസങ്കല്പത്തിന് ആകാശവ്യാപ്തിയുണ്ട്. നീതി എന്ന സങ്കല്പത്തിനും സമകാലികമായി പുതിയ അർത്ഥതലങ്ങളുണ്ട്. രാഷ്ട്രവ്യവസ്ഥയുടെ നീതിക്രമത്തിൽ നിന്ന് വ്യത്യസ്തമായി, പൗരസമൂഹത്തിന്റെ ഉദയത്തിനുശേഷം വികസിച്ച നീതിബോധമാണ് ഇന്ന് പ്രസക്തമായിരിക്കുന്നത്. പ്രപഞ്ചത്തിലെ ചരാചരങ്ങളെല്ലാം തുല്യനീതിക്കർഹരാണ് എന്നതാണ് ജൈവനീതിയുടെ പരികല്പന. ചരാചരങ്ങൾക്കെല്ലാം നീതി ലഭിക്കണം എന്ന നിലപാടുള്ളവരാണ് ജൈവനൈതികതയുടെ സംവാഹകർ. പ്രകൃതിയുടെയും മനുഷ്യന്റെയും ചിരകാല നിലനിൽപ്പിന്റെ പ്രേരണ ചില അടിസ്ഥാന സ്വഭാവങ്ങളും നിയമങ്ങളുമാണ്. അതിനെ ആധാരമാക്കിയാണ് പ്രപഞ്ചം ചലനാത്മകമാകുന്നത്. പ്രകൃതി സമസ്ത ചരാച

രങ്ങളുടെയും ജനനിയാണ്. ജീവന്റെയും മാനവികതയുടെയും പുരോഗതിയുടെയും സ്രോതസ്സാണത്. പ്രപഞ്ചത്തിന്റെ നൈസർഗികതയാണ് ജൈവനീതി ദർശനത്തിന്റെ ഉറവ.

പ്രകൃതിയുടെ, ജീവന്റെ നിലനിൽപ്പ് അതീവഗുരുതരമായ സമസ്യകളെ നേരിടേണ്ടി വരുമ്പോൾ ജൈവനീതി ദർശനം പ്രതിരോധ ദുർഗമായിത്തീരുന്നു. ജൈവ/ അജൈവ ലോകത്തിന്റെ നിലനിൽപ്പിനെ സംബന്ധിച്ച ഉത്കണ്ഠകളാണ് ഈ ദർശന മണ്ഡലത്തെ സക്രിയമാക്കുന്നത്. മനുഷ്യനും പ്രകൃതിയും തമ്മിലുള്ള വൈരുദ്ധ്യത്തിൽ, പ്രകൃതിക്കുമേൽ മനുഷ്യൻ നടത്തുന്ന അനീതികളും അതിൽ നിന്നുടലെടുക്കുന്ന ആശങ്കകളും വിഹ്വലതകളുമാണ് ജൈവനീതി ദർശനത്തിന്റെ പ്രശ്ന പരിസരം.

പ്രകൃതിജീവിതം ഭയാനകമായ പ്രതിസന്ധി ഘട്ടത്തിലാണ്. ആഗോളവൽക്കരണത്തിന്റെ പ്രത്യയശാസ്ത്രവും അതിന്റെ നടത്തിപ്പും സമകാലികമായ അപമാനവീകരണവും ജൈവനീതിയെ സംബന്ധിച്ച ചർച്ചകളെ അനിവാര്യമാക്കിയിട്ടുണ്ട്. കമ്പോള സംസ്കാരവും അതിന്റെ ഉപോൽപ്പന്നമായ നഗ്നമായ പ്രകൃതി ചൂഷണവും ദാരിദ്ര്യമായും കാലാവസ്ഥാപിഴയായും മലിനീകരണമായും മറ്റും പിടി മുറുക്കിയിരിക്കുകയാണ്. അതിജീവനം തന്നെ അപകടത്തിലാണ്. ജീവിതത്തിലും ചിന്തയിലും അനുഭവപ്പെടുന്ന സന്ദിഗ്ദ്ധതകളാണ് ജൈവനൈതികതയെക്കുറിച്ചുള്ള അന്വേഷണങ്ങളുടെ പ്രചോദന ഹേതു. ഭൂമിയുടെ അവകാശികൾ ആരാണ്? മനുഷ്യർക്ക് മാത്രമാണോ ജീവിക്കാനുള്ള അവകാശം? ജൈവവും അജൈവവുമായ ഇതര പ്രപഞ്ച സൃഷ്ടികളുടെയും പ്രതിഭാസങ്ങളുടെയും നിലയെന്താണ്? ഈ ചോദ്യങ്ങൾ ശക്തമായി ഉയർന്നു തുടങ്ങിയതോടെ ജീവന്റെയും ജീവിതത്തിന്റെയും സമസ്ത രംഗങ്ങളും ജൈവനീതി ദർശനത്തിന്റെ വിഷയമായി.

ഈ ദർശന മണ്ഡലത്തിൽ ധാരാളം ശാഖകളും ഉപശാഖകളുമുണ്ട്. എന്നാൽ രണ്ട് അടിസ്ഥാന തത്ത്വങ്ങളാണ് ഇതിൽ പ്രധാനം. ഒന്ന്, പ്രപഞ്ചം മനുഷ്യ കേന്ദ്രിതത്വത്തിൽ നിന്ന് ജൈവ കേന്ദ്രിതമാകുന്നു. രണ്ട്, പ്രപഞ്ചത്തിലെ എല്ലാ സത്തകൾക്കും, മനുഷ്യരുൾപ്പെടെ, തനതായ മൂല്യവും നിലനിൽപ്പിനും ഉപജീവനത്തിനുമുള്ള അവകാശവും ഉണ്ട്.

ആധുനിക ലോകത്തിന്റെ സങ്കീർണതകളെ - ഭൗതികവും

ആത്മീയവും സാംസ്കാരികവും പാരിസ്ഥിതികവും ആയ പശ്ചാത്തലത്തിൽ, അതിജീവിക്കാനുള്ള മാർഗ്ഗങ്ങൾ ആരായുന്നതിനുള്ള ഉപാധികളിലൊന്നാണ് ജൈവനീതി ദർശനം. പ്രതിസന്ധിയുടെ ജൈവ പരിസരം തിരിച്ചറിയാനായാൽ, സാമൂഹിക - സാമ്പത്തിക - ജൈവപരമായ പരിഹാരം എളുപ്പത്തിൽ രൂപപ്പെടുത്താനാകും. സമകാലീന വികസന - സാമൂഹിക സംഘർഷങ്ങളിലെ വൈരുദ്ധ്യാത്മകതകളെ ആഴത്തിൽ പഠിക്കുന്നതിനും ആവിഷ്ക്കരിക്കുന്നതിനും ഈ ദർശനം വെളിച്ചം വീശുന്നു.

വർത്തമാന പ്രതിസന്ധികളെ മറികടക്കാനുള്ള അന്വേഷണങ്ങൾ തന്നെയും സങ്കീർണ്ണമാണ്. അതിജീവനത്തിന് ഏതെങ്കിലും ഒരു മാർഗം പോരാ. മനുഷ്യനെന്ന ഉദാത്ത സൃഷ്ടിക്ക് അനുയോജ്യമാം വിധം ജൈവനൈതികത ഉയർത്തിപ്പിടിച്ച് അതിജീവിക്കണം എന്ന ചിന്ത പ്രബലമാണ്. അതിന്റെ ഫലമായാണ്, അതീതകാലസ്മൃതികളെയും മാനുഷികമായ ആർദ്രതയെയും നവോത്ഥാനത്വരയേയും സാംസ്കാരിക തനിമയേയും ഉൾക്കൊണ്ട് സമകാലീനതയുമായി സമന്വയിക്കുന്ന ജൈവനീതി ദർശനം ഉരുവം കൊണ്ടത്. സമഭാവനയിലും തുല്യതയിലും അധിഷ്ഠിതമായ സമൂഹസൃഷ്ടി എന്ന സ്വപ്നം സ്വീകരിക്കപ്പെട്ടു. സംസ്കൃതിയേയും പുരോഗതിയേയും വികസനത്തേയും സംബന്ധിച്ച് ജനകീയ പ്രത്യയശാസ്ത്രം അംഗീകരിക്കപ്പെട്ടു. വ്യക്തിയും സമൂഹവും തമ്മിൽ, പ്രകൃതിയും ജനതയും തമ്മിൽ ആരോഗ്യകരമായ ബന്ധങ്ങൾക്ക് വഴിയൊരുക്കുന്ന സാമൂഹിക-സാമ്പത്തിക - സാംസ്കാരിക വിപ്ലവത്തിന് മൂർത്ത സാഹചര്യം രൂപപ്പെട്ടുവരുന്നു.

പ്രപഞ്ചവും മനുഷ്യനും തമ്മിലുള്ള ബന്ധങ്ങളിലെ നീതിയെക്കുറിച്ച് ഗൗരവമായ ആലോചനകളും നിലപാടുകളും ഇന്നുണ്ട്. പ്രപഞ്ചവും അതിലെ ദ്രവ്യങ്ങളും അഭിന്നമാണ്. ഓരോ വസ്തു/ജീവജാലവും പ്രപഞ്ചത്തിന്റെ ഭാഗമാണ്. ഓരോ ചരവും അങ്ങനെ തന്നെ. പ്രപഞ്ച നിവാസികൾ എന്നത് പ്രപഞ്ചം തന്നെ. ജീവൻ എന്നാൽ മനുഷ്യജീവൻ മാത്രമല്ല. പ്രപഞ്ചത്തിലെ ഒരംശം എന്ന അസ്തിത്വമേ മനുഷ്യനുള്ളു. ഇങ്ങനെ ജൈവനീതിയുടെ താളം വിശദീകരിക്കപ്പെട്ടു. ഒരു പ്രതിസംസ്കാരത്തെയും അനന്യതയുടെ രാഷ്ട്രീയത്തെയും ജൈവനീതി ദർശനം മുന്നോട്ടുവച്ചു. ഇതൊരു പുതുപ്രസ്ഥാനമല്ല. പ്രകൃതിയും മനുഷ്യനും തമ്മിലുള്ള ഇടപാടു

കളിൽ സ്വര ലയാത്മകമായ നീതി സങ്കല്പത്തെക്കുറിച്ച് പ്ലാറ്റോയുടെ കാലം തൊട്ട് ചർച്ച ചെയ്തു വരുന്നുണ്ട്. പുതിയ കാലത്ത് പരിസ്ഥിതി വിജ്ഞാനശാസ്ത്രം ഉൾപ്പെടെ ജൈവനീതി ദർശനത്തെ വികസിപ്പിക്കുന്നു. പ്രകൃതി/ പരിസ്ഥിതി, പുരോഗതി/ വികസനം, അധികാരം/ സാമൂഹിക ക്രമം തുടങ്ങിയവ തമ്മിലുള്ള വൈരുധ്യാത്മക ബന്ധങ്ങളെക്കുറിച്ചുള്ള അവബോധമാണ് ഈ ദർശനത്തിന്റെ കാതൽ.

മനുഷ്യൻ മനുഷ്യനെ ചൂഷണം ചെയ്യുന്നതിനെതിരെയും മനുഷ്യൻ പ്രകൃതിയെ ചൂഷണം ചെയ്യുന്നതിനുമെതിരെയുള്ള പ്രതിരോധ സാധ്യതകളുടെ അന്വേഷണങ്ങൾ ശക്തമായി നടന്നു വരുന്നുണ്ട്. മനുഷ്യൻ പ്രകൃതിയെയും, തിരിച്ചും മാറ്റങ്ങൾക്ക് വിധേയമാക്കിയും നവീകരിച്ചും വികസിക്കുന്നു എന്ന രീതിയിൽ സന്തുലിതമായ സാത്വികതയെക്കുറിച്ച് അധികാരി വർഗ്ഗം വിശദീകരിക്കുന്നു. യഥാർത്ഥത്തിൽ അത് ചൂഷണത്തിനുള്ള ന്യായീകരണം ചമയ്ക്കലാണ്. അത്, കാൾമാർക്സ് നിരീക്ഷിച്ചതു പോലെ, മാനുഷികവും പ്രകൃതിപരവുമായ എല്ലാ ബന്ധങ്ങളെയും പണം കൊണ്ടളക്കുകയും അതിനനുസൃതമായ സംസ്കാരം കെട്ടിപ്പൊക്കുകയും ചെയ്യലാണ്. അതിനെതിരെ, ഒരു പ്രതിസംസ്കാരം ഉയർത്തിക്കൊണ്ടുവരികയാണ് ജൈവനീതി ദർശനം ചെയ്യുന്നത്. പരിസ്ഥിതിയെന്നാൽ കേവലം കാടും പ്രകൃതിയും മാത്രമാണെന്ന ധാരണ മാറിയത് ജൈവനീതിയെക്കുറിച്ചുള്ള ചിന്തകളോടെയാണ്. പ്രകൃതി -മനുഷ്യബന്ധത്തെക്കുറിച്ച് വ്യതിരിക്തമായ കാഴ്ചപ്പാട് തെളിഞ്ഞു.

പരിസ്ഥിതി സംരക്ഷണം, സാമൂഹിക പ്രതിബദ്ധത, അടിസ്ഥാനതല ജനാധിപത്യം, അക്രമരാഹിത്യം എന്നിങ്ങനെ ആദർശാത്മകമാണ് ജൈവനൈതികത. സ്ത്രീ-പുരുഷ ബന്ധങ്ങൾ, ലിംഗ പ്രശ്നങ്ങൾ, അസമത്വം, വിഭവങ്ങളിന്മേലുള്ള അവകാശം, ആരോഗ്യസുരക്ഷ, പ്രകൃതിയിലുള്ള അനിയന്ത്രിതമായ ചൂഷണം, പരിസരമലിനീകരണം, ജാതി-വംശ പ്രശ്നങ്ങൾ, യുദ്ധം, സാംസ്കാരികത്തനിമയുടെയും സ്വത്വത്തിന്റെയും പരിരക്ഷ, ഹൈ ടെക്നോളജിയുടെ കടന്നാക്രമണങ്ങൾ - ഇതെല്ലാം ഈ ദർശനത്തിന്റെ പരിസരത്തിൽ വിചാരണ ചെയ്യപ്പെടുന്ന പ്രശ്നങ്ങളാണ്. കമ്പോള സംസ്കാരം അടിച്ചേൽപ്പിച്ച പ്രകൃതിചൂഷണം ലോകത്തിന്റെ എല്ലാ ഭാഗത്തും പല ദുരന്തങ്ങളായി പ്രത്യക്ഷപ്പെട്ടു. അതി

ജീവനം പോലും പ്രതിസന്ധിയിലാണെന്ന് തിരിച്ചറിഞ്ഞവർ ജൈവ നീതിയുടെ പുതിയ അർത്ഥതലങ്ങൾ കണ്ടെത്താൻ ശ്രമം തുട ങ്ങി. ആഗോളവൽക്കരണകാലത്തിന്റെ അന്യവൽക്കരണ -അപ മാനവീകരണപ്രവണതകൾ തുറന്നുകാട്ടപ്പെട്ടു.

മോശമായ അവസ്ഥയിൽ എത്തിനിൽക്കുന്ന ആധുനിക മനു ഷ്യനെ ബാധിക്കുന്ന പ്രശ്നങ്ങളിൽ, പഴയ അരാജകവാദ ത്തിൽനിന്നും അസ്തിത്വവാദത്തിൽനിന്നും ശൂന്യതാവാദ ത്തിൽനിന്നും മറ്റും വ്യത്യസ്തമായി, അവയിൽ നിന്നുള്ള ആരോഗ്യ കരമായ വ്യതിയാനം എന്ന നിലയിലാണ് ജൈവനീതി ദർശനം പരിഗണിക്കപ്പെടുന്നത്.

സമഭാവനയിലും തുല്യ നീതിയിലും അധിഷ്ഠിതമാണ് ജൈവ നൈതികത. പുതിയ ജീവിതരീതിയുടെയും പുതു സംസ്കാരത്തി ന്റെയും അതിജീവനത്തിന്റെയും വിമോചനത്തിന്റെയും വികസന ത്തിന്റെയും 'പച്ച' രാഷ്ട്രീയത്തിന്റെയും ജീവിത ദർശനമാണത്. ഈ ഭൂമിയേയും അതിന്റെ ഉദാത്തമായ സംസ്കൃതിയെയും അഭം ഗുരം നിലനിർത്താനുള്ള ചാലകശക്തിയായി വർത്തിക്കുന്നത് ജൈവനീതി ബോധമാണ്. പ്രകൃതി, മനുഷ്യൻ, പുരോഗതി തുട ങ്ങിയവയെക്കുറിച്ച് സമ്യക്കായ കാഴ്ചപ്പാട് അത് പ്രദാനം ചെയ്തു.

ജൈവനൈതികതയും മലയാളകവിതയും

ചുറ്റുപാടുമുള്ള പ്രകൃതിയോട് ഏതുകാലത്തെ കവിയും സന്ദർഭോചിതമായി പ്രതികരിക്കുകയും അനുഭവങ്ങളെ കവിതാ വ്യവഹാരത്തിന്റേതായ സവിശേഷരീതിയിൽ ആവിഷ്ക്കരിക്കുകയും ചെയ്തുപോന്നിട്ടുണ്ട്. ക്രൗഞ്ച മിഥുനങ്ങളിലൊന്നിനെ വേടൻ അമ്പെയ്ത് വീഴ്ത്തിയതുകണ്ടപ്പോൾ വാല്മീകിയിൽ ഉണ്ടായ ശോകം ജൈവനൈതികതയുടെ ബഹിർസ്ഫുരണമാണ്. ആദികാവ്യത്തിന്റെ പിറവിക്ക് കാരണമായ ആ ശോകം തന്നെ സർഗസാഹിത്യത്തിൽ ജൈവനീതിബോധത്തിനുള്ള സ്വാധീനതയുടെ പഴക്കത്തിലേക്ക് വിരൽ ചൂണ്ടുന്നു. മനുഷ്യന്റെ സ്വാർത്ഥത കാട്ടുതീയായി ഖാണ്ഡവ വനത്തിൽ പടർന്നപ്പോൾ പറക്കമുറ്റാത്ത കുഞ്ഞുങ്ങളെ രക്ഷിക്കാനാവാത്ത അമ്മക്കിളിയുടെ നിസ്സഹായതയും കിളിക്കുഞ്ഞുങ്ങളുടെ ത്യാഗസന്നദ്ധതയും എഴുത്തച്ഛൻ *മഹാഭാരതം കിളിപ്പാട്ടിൽ* ആലേഖനം ചെയ്തിട്ടുണ്ട്. ഇത്തരത്തിൽ ജൈവനൈതികതയെ കുറിച്ചുള്ള അവബോധം നമ്മുടെ സാഹിത്യത്തിന്റെ അന്തർധാരയാണ്. ജൈവനീതി ദർശനത്തെ ആധാരമാക്കിയുള്ള ഭാവുകത്വസംവാദങ്ങൾ ഇന്ന് സാമാന്യം ശക്തമായി വേരുറപ്പിച്ചിട്ടുണ്ട്. സർഗസൃഷ്ടികളിലും സാഹിത്യ പഠനങ്ങളിലും ജൈവനീതിബോധം പ്രബലമായിത്തീർന്നു. ഇതിന്റെ അനുരണനമായി ഒട്ടേറെ കാവ്യസംരംഭങ്ങൾ മലയാളത്തിൽ ഉണ്ടായിട്ടുണ്ട്.

പത്തൊമ്പത്, ഇരുപത് നൂറ്റാണ്ടുകളിൽ കേരളീയ ജീവിതത്തിന്റെ ഇതരമണ്ഡലങ്ങളിലുണ്ടായ വൻചലനങ്ങൾ മലയാളകവിതയിലും വമ്പിച്ച മാറ്റങ്ങൾക്ക് നിദാനമായി. നവസാഹിത്യ പ്രസ്ഥാനങ്ങൾ ഇവിടത്തെ ഭാഷാകവിതയിലും വിമോചനത്തിന്റെ

പുതുവഴികൾ വെട്ടിത്തെളിച്ചു. വൈരുദ്ധ്യ സങ്കുലമായ സമകാലിക യാഥാർത്ഥ്യങ്ങളോടുള്ള പ്രതികരണങ്ങളായി സർഗസൃഷ്ടികൾ വാർന്നുവീണു. കവിതയിൽ ഇത് വളരെ പ്രകടമായിരുന്നു. കുമാരനാശാൻ, ചങ്ങമ്പുഴ, വള്ളത്തോൾ, ഇടപ്പള്ളി എന്നിവർ ഈ പുതുവഴിയിലെ ആദ്യപഥികരായി. വെറും പ്രകൃതിഗീതങ്ങൾ എന്നതിനു പകരം ജീവിത സമസ്യകൾ കവിതയുടെ ചർച്ചാവിഷയമായി. ബാഹ്യപ്രകൃതിയെ മനുഷ്യപ്രകൃതിയോട് ചേർത്തുനിർത്തി വിചാരണ ചെയ്ത കാവ്യരചനകൾ വന്നുതുടങ്ങി.

അനുദിനം സങ്കീർണ്ണമായി വന്ന ജീവിതയാഥാർത്ഥ്യങ്ങളോട് പ്രതിസ്പന്ദിക്കുന്ന കാവ്യകൃതികളുടെ ഒഴുക്കുതന്നെ മലയാളത്തിലുണ്ടായി. ജി.ശങ്കരക്കുറുപ്പ്, പി.കുഞ്ഞിരാമൻനായർ, വൈലോപ്പിള്ളി, ഇടശ്ശേരി, എം.ഗോവിന്ദൻ, എൻ.വി.കൃഷ്ണവാരിയർ, എൻ.എൻ.കക്കാട്, ബാലാമണിയമ്മ തുടങ്ങിയവർ മലയാളകവിതയിൽ പരിസ്ഥിതി വിചാരത്തെ ശക്തിപ്പെടുത്തി. ഭൂമിയേയും സംസ്കൃതിയേയും എങ്ങനെ നിലനിർത്താം എന്ന തീവ്രമായ ഉത്കണ്ഠ ഈ കവികൾ പങ്കുവച്ചു. അനുഭവങ്ങളുടെ ഇരുണ്ടതും നിരാശാഭരിതവുമായ വശങ്ങൾ മാത്രം വർണ്ണിച്ചവരുണ്ട്. ജൈവനീതി ദർശനത്തിന്റെ പുതിയ വീക്ഷണകോണിൽ ആവേശഭരിതരായവരുണ്ട്. പ്രപഞ്ചത്തെയും സൃഷ്ടികളേയും മനുഷ്യരുൾപ്പെടെയുള്ളവയുടെ സ്ഥാനത്തേയും കുറിച്ചുള്ള ധാരണകൾ മാറ്റിയെഴുതിയ ജൈവനീതി ദർശനത്തിന്റെ ആശയലോകം ഭാഷയിലും കവിതയിലും പുതുപരിസരങ്ങൾ സൃഷ്ടിച്ചു.

ആയിരത്തിത്തൊള്ളായിരത്തി എൺപതുകളോടെ, ജൈവനൈതികത സൗന്ദര്യശാസ്ത്ര പ്രശ്നമായും രാഷ്ട്രീയ പ്രശ്നമായും വികസിച്ചു. ആധുനികതയുടെ പ്രദോഷവേളയിൽ പുതിയ ഭാവുകത്വങ്ങൾ രൂപപ്പെട്ടുവന്നതോടെയാണ്, ജൈവനീതിയെ സംബന്ധിച്ച അവബോധം കേരളീയജീവിതത്തിലും മലയാളസാഹിത്യത്തിലും തിളച്ചുതുടങ്ങിയത്. കാവ്യകലയുടെ മുഖ്യ സ്വാധീനങ്ങളിലൊന്നായി ജൈവനീതി ദർശനം നിലകൊണ്ടു. ഒ.എൻ.വി, വിഷ്ണുനാരായണൻ നമ്പൂതിരി, അയ്യപ്പപണിക്കർ, സുഗതകുമാരി, കടമ്മനിട്ട, സച്ചിദാനന്ദൻ, കെ.ജി. ശങ്കരപ്പിള്ള, ഡി. വിനയചന്ദ്രൻ, ആറ്റൂർ രവിവർമ്മ, എ. അയ്യപ്പൻ, ബാലചന്ദ്രൻ ചുള്ളിക്കാട് തുടങ്ങിയവരുടെ രചനകൾ ജൈവനീതി ബോധത്തിന്റെ കൊടി

യടയാളമായി. ജീവിതയാഥാർത്ഥ്യങ്ങളും കാവ്യസൗന്ദര്യവും ചേർന്ന് ജൈവനീതിയെ സംബന്ധിച്ച് ധാർമ്മികതയിലൂന്നിയ അവബോധം ഇവരുടെ കവിതകളിൽ പ്രകടിതമായി. സമത്വോന്മുഖവും ജനാധിപത്യപരവും പ്രതിരോധാത്മകവുമായി മലയാളകാവ്യധാരയെ മുന്നോട്ടുകൊണ്ടുപോകുന്നുണ്ട് പുതുകവികൾ. പ്രത്യയശാസ്ത്രപരമായ ഭിന്നതകൾക്കിടയിലും തങ്ങളുടെ കാലത്തിന്റെ അനുഭവങ്ങളുടെ സംഘർഷം തിരിച്ചറിഞ്ഞ്, ജൈവനീതിയിലൂന്നിയ ഭാവുകത്വം ഇവരെ ഒന്നിപ്പിക്കുന്നു.

ജൈവനീതിപരവും പാരിസ്ഥിതികവുമായ നിലപാടുകൾ മലയാളകവിതയിൽ ഇന്ന് മുഖ്യധാരയാണ്. ശക്തമായ സമീപനത്തിന്റെ പേരിൽ മരക്കവികൾ, പരിസ്ഥിതി തീവ്രവാദികൾ എന്നും മറ്റും ചിലർ പരിഹസിക്കപ്പെട്ടിരുന്ന സ്ഥിതി മാറി. രാഷ്ട്രീയ സാംസ്കാരിക രംഗത്തെ 'പച്ച' പ്രസ്ഥാനത്തിന് സമാന്തരമായി സർഗസാഹിത്യത്തിൽ, വിശേഷിച്ച് കവിതയിൽ ജൈവനീതി ഭാവുകത്വം ഒരു പ്രസ്ഥാനം തന്നെയായി വളർന്നിട്ടുണ്ട്. കവിതയെ സംബന്ധിച്ച പഴയ ചില 'ക്ലീഷേ'കളിൽ കുടുങ്ങിപ്പോയിരുന്ന മലയാളകവിത ജൈവനൈതികതാബോധത്താൽ പുതിയ മാനങ്ങൾ എത്തിപ്പിടിച്ചിരിക്കുകയാണ്. ജൈവനീതി സംബന്ധിച്ച ഉത്കണ്ഠകൾ തന്നെയായി ഭാവുകത്വത്തെ സ്വാധീനിക്കാൻ കഴിഞ്ഞു. വനസംരക്ഷണം മാത്രമായിരുന്ന പാരിസ്ഥിതിക പ്രവർത്തനങ്ങളെപോലും കാലികമായി വികസിപ്പിച്ചെടുത്തത് ജൈവനീതി അവബോധമാണ്. പരിസ്ഥിതി, വികസനം, മനുഷ്യാവസ്ഥ എന്നിവയെ പരസ്പരം ബന്ധിപ്പിച്ചുകൊണ്ടുള്ള വിചിന്തനം മിക്കവാറും മലയാളകവികളുടെ വീക്ഷണമായി സ്വീകരിക്കപ്പെട്ടു. ജൈവനീതി ദർശനമോ അതിന്റെ വികസനസങ്കല്പമോ സ്വാധീനിക്കാത്ത കവിതകൾ ഇപ്പോൾ മലയാളത്തിൽ വിരളമാണ്. സമകാലീന ജീവിതാവസ്ഥകൾ അത്രമേൽ ആഴത്തിൽ ജൈവനീതിബോധം ഉണർത്താൻ പോന്നതാണ്.

മലയാളകവിതയിൽ ഈ പുതിയ മാനം സൃഷ്ടിച്ചതിൽ തൊള്ളായിരത്തി എൺപതുകളിലും അതിനു ശേഷവുമുള്ള കവികളുടെ സംഭാവനകളെ മാനിക്കണം. എന്നാൽ അതിനും നാലഞ്ചു ദശകങ്ങൾക്കുമുമ്പുതന്നെ സമാനമായ അവബോധം രൂപപ്പെടുത്തിയതിൽ അക്കാലത്തെ കവികളോടും കടപ്പാടുണ്ടാകണം. അവരുടെ

സൗന്ദര്യശാസ്ത്രസമീപനവും ചിന്തയും വീക്ഷണങ്ങളും എന്തു തന്നെയായിരുന്നാലും അവരുടെ കവിതകളിൽ ജൈവനൈതികതയുടെ ആശയമണ്ഡലം പ്രകടമാണ്. അവർ അന്നു രചിച്ച പല കൃതികളിലും നാം ഇന്ന് ചർച്ച ചെയ്യുന്ന ദർശനത്തിന്റെ പൊതുമുദ്രകൾ ആലേഖിതമാണ്. ആ കവിതകളെ നവസിദ്ധാന്തങ്ങളുടെ വെളിച്ചത്തിൽ വായിക്കാനും വ്യാഖ്യാനിക്കാനുമുള്ള ശ്രമങ്ങൾ ഇനിയും വിപുലമാകണം.

പി. കാണുന്ന
ജൈവനീതിയുടെ കിനാവ്

പി.കവിത ഓരോ അന്തർദർശനത്തിന്റെ ആവിഷ്കാരങ്ങളാണ്. എങ്കിലും പി. കവിതയിൽ ജൈവനീതി ദർശനമോ എന്ന ചോദ്യം, ആ കവിതയെയും കവിയെയും കുറിച്ച് നിലനിൽക്കുന്ന സാമാന്യധാരണയിൽനിന്ന് ഉയരുന്നത് സ്വാഭാവികം. നമ്മുടെ സാമ്പ്രദായിക വിമർശനസരണി പി.കവിതയെക്കുറിച്ച് എത്രയും പഠിച്ചിട്ടുണ്ട്! എന്നാലത് മിക്കവാറും കുരുടന്മാർ ആനയെ കണ്ടതുപോലെയാണ്.

അന്ധർ നിൻ തുമ്പിയോ കൊമ്പോ
പള്ളയോ തൊട്ടിടഞ്ഞിടാം
എനിക്കുകൊതി നിൻ വാലിൻ
രോമം കൊണ്ടൊരു മോതിരം.

(*മേഘരൂപൻ* - ആറ്റൂർ രവിവർമ്മ)

കുരുടന്മാരെപ്പോലെ
കുഞ്ഞുങ്ങൾ തുമ്പക്കുടൻ
കുലതൻ വെടിവെന്ത-
ന്നറിയാതുഴുന്നതും

(*രണ്ടാംവരവ്* - സച്ചിദാനന്ദൻ)

അന്ധവും ആവർത്തനവിരസവുമായ പ്രകൃത്യുപാസനയുടെ പേരിൽ കുറേപ്പേർ പി കവിതയെ പഴിക്കുന്നു. അദ്ദേഹത്തിന്റെ പ്രകൃതിദർശനം യാഥാസ്ഥിതികമാണെന്നാണ് അവരുടെ വീക്ഷണം. നാട്ടുനന്മകളെച്ചൊല്ലിയുള്ള ഗൃഹാതുരത്വത്തിന്റെയും നഷ്ടസൗഭാഗ്യങ്ങളെക്കുറിച്ചുള്ള കാല്പനിക വിഷാദത്തിന്റെയും പേരിൽ വേറെ ചിലർ അതേ കവിതകളെ അനുമോദിക്കുന്നു. ആ കവിതക

ളിലെ പ്രകൃതിദർശനം പുരോഗമനോന്മുഖമായ ശാസ്ത്രമാണെന്നാണ് ഇവരുടെ നിഗമനം. ബിംബാവലികളുടെ ധൂർത്തിനെയും കേവല സൗന്ദര്യോപാസനയെയും ഭക്തിമാർഗ്ഗത്തെയും മറ്റും ചുറ്റിപ്പറ്റിയാണ് മറ്റു ചിലർ ആ കവിതകൾ വായിക്കുന്നത്. കാവ്യകൗതുക താല്പര്യത്താലാണ് അവർ നിരൂപണം നടത്തുന്നത്. അരാജകവാദിയായും പുരോഗമന വിരുദ്ധനായും അദ്ദേഹത്തെ ഒരു കൂട്ടർ വിമർശിച്ചു.

ഈ പതിവ് നിരൂപണങ്ങൾക്കു പുറത്ത്, പി കവിതയെക്കുറിച്ച് വ്യത്യസ്തമായ ചില പഠനങ്ങൾ അപൂർവ്വമായി മാത്രമാണ് നേരത്തെ വന്നിട്ടുള്ളത്. അത്തരത്തിൽ ശ്രദ്ധിക്കപ്പെട്ട ആദ്യലേഖനങ്ങളിലൊന്ന് *കുഞ്ഞിരാമൻനായരുടെ ആധുനികത* (വിഷ്ണുനാരായണൻ നമ്പൂതിരി, 1966)ആണ്. *കളിയച്ഛൻ* (എം.പി.ശങ്കുണ്ണിനായർ, 1974), *ഒരു കവിയുടെ ശക്തി* (നരേന്ദ്രപ്രസാദ്, 1975), *പിയുടെ ദർശനം* (എം.ലീലാവതി, 1984), *അപാരതയുടെ കാവടിപ്പൊരുൾ* (ഡി.വിനയചന്ദ്രൻ) എന്നിവ ദീർഘമായ ഇടവേളകളിൽ ഒറ്റപ്പെട്ടു വന്ന നിരൂപണപാഠങ്ങളാണ്. എങ്കിലും, ഈ പഠനങ്ങൾ പ്രസിദ്ധീകരിക്കപ്പെട്ടതോടെ 'സമകാലീനയായ കവി' ആയി പി. തിരിച്ചറിയപ്പെട്ടുതുടങ്ങി. *പരിസ്ഥിതിദർശനം മഹാകവി പി യുടെ കവിതകളിൽ* (പി.പി.കെ.പൊതുവാൾ, 1990) എന്ന പഠനം വന്നതിനു ശേഷം കഴിഞ്ഞ കാൽനൂറ്റാണ്ടോളമായി പി കവിത അതിശക്തമായ നിലയിൽ കൊണ്ടാടപ്പെടുന്നു.

അതിന്റെ ഭാഗമായി പി കവിതയുടെ പുതിയ വായന ധാരാളമായി നടക്കുന്നുണ്ട്. നവസിദ്ധാന്തങ്ങളെ ആധാരമാക്കി പഠിക്കുന്നതിനുള്ള സാധ്യതകൾ വിസ്തൃതമായി തുറന്നിടുന്നതാണ് പി കവിത. കവിതയിൽനിന്ന് ലഭിക്കുന്ന അറിവും അതുപജീവിക്കുന്ന വസ്തുതകളും തമ്മിലുള്ള വൈരുദ്ധ്യാത്മകതയെപ്പറ്റി വ്യത്യസ്ത വായന പി കവിതയിൽനിന്ന് സാധിക്കും. ഒരു ജൈവാനുഭവമെന്ന നിലയിൽ കവിത സ്വാതന്ത്ര്യം പ്രാപിക്കുന്നതും വായനയുടെ തലത്തിൽ നവാന്വേഷണങ്ങൾക്ക് വഴി തുറക്കുന്നതും കാവ്യചരിത്രത്തിൽ പുതുമയുള്ളതല്ല. കവിതയെപ്പറ്റിയുള്ള അവബോധം വളരുന്നതിനനുസൃതമായി പഠനങ്ങളും വികസിക്കേണ്ടതുണ്ട്. ഏതൊരു കവിതയും അതിന്റെ രചയിതാവിനെ അതിജീവിക്കുന്നുണ്ട്. ഓരോ പുതിയ വായനയും പുതിയ ചമയങ്ങളും ചന്തങ്ങളും

ചാർത്തി, ആ കവിതയുടെ പുതു പ്രസക്തി രേഖപ്പെടുത്തുന്നു. ഇറ്റാലിയൻ മാർക്സിസ്റ്റ് ചിന്തകനായ ഡെല്ലാ വോൾപേ നിരീക്ഷിച്ചതുപോലെ, ഏറ്റവും ശുദ്ധമെന്ന് പറയുന്ന കാവ്യബിംബം പോലും ആശയങ്ങളിൽനിന്ന് മുക്തമല്ല. അതുകൊണ്ട് പി കവിതയും പുതുവായന ആവശ്യപ്പെടുന്നുണ്ട്. ജൈവനീതി ദർശനത്തിന്റെ തെളിച്ചത്തിൽ പി കവിതയെ പഠിക്കുമ്പോൾ പ്രവചനസ്വഭാവമുള്ള പാഠങ്ങൾ പ്രഥമദൃഷ്ട്യാ തന്നെ കാണാനാകും.

ഇന്നത്തെ ലോകം അനുഭവിക്കുന്ന തരത്തിലുള്ള കമ്പോള സംസ്കാരവും ഉപഭോഗസംസ്കൃതിയും സാങ്കേതിക വിദ്യയുടെ ആധിപത്യവും ഭീഷണമായ രീതിയിൽ വളർന്നിട്ടില്ലാത്ത കാലത്ത് പി കവിത പങ്കിടുന്ന ഉത്കണ്ഠകളും നിരീക്ഷണങ്ങളും വിസ്മയിപ്പിക്കുന്നതാണ്. ജൈവനീതിയുടെതായ ദാർശനിക പരിസരത്തിൽ, തൊള്ളായിരത്തി എൺപതുകൾ മുതലിങ്ങോട്ട് മലയാള കവികൾ നടത്തുന്ന ചർച്ച നാലഞ്ച് ദശകം മുമ്പ് പി കവിതകളിൽ നടക്കുന്നുണ്ട്. ആധുനികത ഉൽപാദിപ്പിച്ച എല്ലാ ജ്ഞാനമണ്ഡലങ്ങൾക്കും ഒരുതരം കേന്ദ്രിത സ്വഭാവമുണ്ട്. അതിന്റെ യുക്തിമണ്ഡലമാകട്ടെ മനുഷ്യകേന്ദ്രിതവുമാണ്. കേന്ദ്രിത സ്വഭാവത്തിലുള്ള ഈ ലോകബോധത്തെ നിരാകരിക്കുകയോ, മറികടക്കുകയോ ആണ് ഉത്തരാധുനികത ചെയ്യുന്നത്. അപകോളനീകരണം ഒരു സങ്കല്പമെന്ന നിലയിൽ വികസിക്കുന്നതും അതിനനുസൃതമായ രാഷ്ട്രീയ സമീപനങ്ങൾ രൂപപ്പെടുന്നതും ഈ ഭൂമികയിലാണ്. ഈ ലോകബോധത്തെ അവബോധമായി അരനൂറ്റാണ്ടു മുമ്പുതന്നെ ഉൾക്കൊണ്ടു എന്നതാണ് പി കവിതയെ സമകാലികമാക്കുന്നത്. *നരബലി, നഗ്ന കേരളം, സൗന്ദര്യപൂജ* തുടങ്ങിയ കവിതകളെ പുതിയ പരിസ്ഥിതി വിജ്ഞാനീയത്തിന്റെ വെളിച്ചത്തിൽ വായിക്കൂ; നവവീക്ഷണമെന്ന് വിശ്വസിച്ചു പോരുന്നതിന്റെ ധീരവും മന്ദ്രവുമായ തലം പി അന്നുതന്നെ ആവിഷ്ക്കരിച്ചതു കാണാം.

പൂർണ്ണമനുഷ്യനെ തേടി

ഫ്യൂഡലിസ്റ്റ് മൂല്യങ്ങളുടെ ആഢ്യത്വം നിറഞ്ഞ ആഭിമുഖ്യത്തോടെയാണ് പി രചനകൾ നിർവ്വഹിച്ചിട്ടുള്ളത്. സ്വന്തം ആത്മാവിന്റെ കോവിലിൽ സൗന്ദര്യ ദേവതയെയാണ് അദ്ദേഹം പ്രതിഷ്ഠിച്ചിട്ടുള്ളത്. ഇത്തരം നിരൂപണങ്ങളെ ആധാരമാക്കി, പി കവിത

മനുഷ്യനില്ലാത്ത കവിത എന്ന വിമർശനത്തിന് ഇരയായി. ആ കവിതകളിലെ വന്യ പ്രകൃതിയിൽ ഒരു നായകനെ കണ്ടുകിട്ടാത്തതായിരുന്നു ആ നിരൂപകരുടെ വിഷമം. സൗന്ദര്യാരാധകനായ കവിയേയും കവിയുടെ ഉള്ളിലും പുറത്തും പൂത്തുനിൽക്കുന്ന പ്രകൃതിയെയും മാത്രമാണ് പലരും കണ്ടത്. ഇത് കാഴ്ചയുടെയും കാഴ്ചപ്പാടിന്റെയും ന്യൂനതയാണ്. ജീവിതത്തിലും വിശ്വാസത്തിലും ചിന്തയിലും കർമ്മത്തിലും 'സമ്പൂർണമനുഷ്യ'നെ തേടിക്കൊണ്ടിരുന്നയാളാണ് ഇക്കവി. ആ അന്വേഷണത്തിന്റെ തുടക്കമാണ് *മനുഷ്യനില്ല* (1934) എന്ന കവിത.

പി തേടുന്ന പൂർണ്ണമനുഷ്യന് ജീവിതത്തിൽ വ്യക്തമായ ലക്ഷ്യമുണ്ട്.

> *ഒരു മുരളിയെപ്പോലെ പ്രേമഗീതം പാടുവാൻ ജീവിക്കുക; ഒരു നീർച്ചോലയെപ്പോലെ തപ്തരുടെ താപമകറ്റുവാൻ ജീവിക്കുക; ഭൂമിയിലെ നന്മകൾ നിലനിർത്തുവാൻ ജീവിക്കുക; ത്യാഗചരിത്രമാണ് പ്രപഞ്ചം. ഒരു മാതാവിന്റെ ത്യാഗപ്രതിമയാണ് സന്താനം. ഒരു കർഷകന്റെ ത്യാഗതഴപ്പാണ് ഒരു തോട്ടം. ഒരു ശില്പിയുടെ ഏകാഗ്രതപസ്സാണ് ഒരു പ്രതിമ. ത്യാഗം ചെയ്യുക, സ്വാർത്ഥം പരാർത്ഥത്തിനുവേണ്ടി ബലികഴിക്കുക- അവിടെയാണ് ജീവിതസൗന്ദര്യം.*
>
> (*ഭുവനദാസന്റെ പ്രാർത്ഥന*, വിചാരവിഹാരം ഭാ.1)

പി അന്വേഷിക്കുന്ന മനുഷ്യൻ കേവലം ആത്മജ്ഞാനിയല്ല, സമൂഹത്തിന്റെ കണ്ണുനീർ തുടക്കേണ്ടവനാണ്. ഈ ആദർശവ്യക്തിയുടെ വിപരീതസ്വഭാവമുള്ളവരെ പിശാച് എന്നാണ് പി വിളിക്കുന്നത്. മനുഷ്യന്റെ വ്യത്യസ്ത അവസ്ഥകളെക്കുറിച്ചുള്ള വിചാരങ്ങളിലും കവി ആമഗ്നനായിരുന്നു.

> ബോധമില്ലാതെ കിടക്കുമവസ്ഥയ്ക്കു
> മീതെയായി ഘോരവിപത്തെന്തു ഭൂമിയിൽ?
>
> (*കളിയച്ഛൻ*)

തന്റെ കവിതയിൽ മനുഷ്യനില്ല എന്ന് ആക്ഷേപിക്കുന്നവർക്കുള്ള മറുപടി *ഓണക്കാഴ്ച*യിലും നൽകുന്നുണ്ട്. പ്രകൃതിയിലെ സസ്യലതാദികൾക്ക് പോലും മനുഷ്യസാമാന്യമായ സ്വഭാവങ്ങളാണ് കവി ചാർത്തിക്കൊടുക്കുന്നത്. പി കവിതയിൽ മനു

ഷ്യനില്ലാത്തതല്ല; മനുഷ്യകേന്ദ്രിതമല്ലാത്ത ലോകബോധമാണ് കവി പങ്കിടുന്നതെന്ന് തിരിച്ചറിയാതെ പോയതാണ് വിമർശകർക്ക് സംഭവിച്ച പോരായ്മ. വ്യക്തിക്കു പകരം, സമൂഹത്തെയും അവരുടെ സംസ്കാരത്തെയുമാണ് കേന്ദ്രബിന്ദുവായി പി കണ്ടത്. മനുഷ്യജീവിതത്തിന്റെ സങ്കീർണ്ണഭാവങ്ങൾ പ്രകൃതിയിൽ സമന്വയിപ്പിക്കുകയാണ് അദ്ദേഹം ചെയ്തത്. പൂർണമനുഷ്യരുടേതായ സമ്പൂർണ്ണ മനുഷ്യസമുദായമാണ് കവി വിഭാവനം ചെയ്തത്. പ്രകൃതിയിൽ മുഴുകി മനുഷ്യപ്രകൃതിയായി മാറുന്ന കവിയുടെ നാവാണ് പി കവിത. *കന്നിപ്പൂലരിയുടെ* ആമുഖത്തിൽ പി ഇങ്ങനെ കുറിക്കുന്നു.

> *ഇന്നും ആ കല്ലേറ് വരുന്നു. നിങ്ങളുടെ കവിതയിൽ പ്രകൃതിയുണ്ട്, മനുഷ്യനില്ല. വെറുതെ മറുപടി പറഞ്ഞു - പ്രകൃതിയിൽ അവൻ അടങ്ങുന്നു - ബുദ്ധിജീവിയെന്ന് സ്വയം വാഴ്ത്തി ഒറ്റപ്പെട്ടു കഴിയുന്ന മനുഷ്യൻ - മനുഷ്യപ്രകൃതി- അത് വിശ്വപ്രകൃതിയിലൊതുങ്ങുന്നു.*

പി എഴുതിയ വരികൾ ഭൂമിയോടും പ്രകൃതിയോടും ഗ്രാമീണതയോടുമുള്ള ഹൃദയബന്ധത്തിൽനിന്ന് നിർഗമിക്കുന്നവയാണ്. പ്രകൃതിസൗന്ദര്യവും പ്രപഞ്ചരഹസ്യവും വെളിപാടുകളായി പിയുടെ രചനകളിൽ തുള്ളിച്ചാടുന്നുണ്ട്. അദ്ദേഹത്തിന്റെ കവിതയും ഗദ്യവും പ്രകൃതിമനോഹാരിത നിറഞ്ഞുനിൽക്കുന്നതാണ്. ചരാചരങ്ങളെല്ലാം മുഗ്ദ്ധഭാവത്തോടെ പിയുടെ എഴുത്തിൽ ആധിപത്യം ചെലുത്തുന്നു. ഈ കാവ്യഭാഷയാണ് പഴയ ഭാവുകത്വത്തിന് പി കവിതയെ കുറിച്ച് മുൻവിധി സൃഷ്ടിക്കാൻ കാരണമായത്. അതാകട്ടെ, ആ കൃതികളുടെ സമഗ്ര സംവേദനം അസാധ്യമാക്കുകയും ചെയ്തു. ഏതൊരു പാഠത്തിന്റെയും വാച്യമായ സന്ദേശത്തിൽനിന്ന്, സൂചിതബിംബത്തിലൂടെ, പ്രതീകാത്മകസന്ദേശം കണ്ടെത്തുമ്പോഴേ വായന പൂർണ്ണമാകൂ.

'കൈതകളരിവാളു സൂക്ഷിക്കും പാടവരമ്പ്' എന്ന പി വരിയിൽ പാടത്തിനെയും വരമ്പിനെയും കൈതകളെയും മാത്രം കാണുകയും അരിവാളിനെ കാണാതെ പോകുകയും ചെയ്തതാണ് സാമ്പ്രദായിക വായന. ഈ കാവ്യബിംബത്തിലെ അരിവാൾ പ്രകൃതിയെ ചൂഷണം ചെയ്യുന്നവർക്കെതിരെ സ്വയം പ്രതിരോധത്തിന്റെ

അനിവാര്യതയെയാണ് കുറിക്കുന്നത്. ഇത്തരത്തിൽ പ്രതീകാത്മക സന്ദേശം കണ്ടെത്തുന്ന വായനയാണ് പി കവിത ആവശ്യപ്പെടുന്നത്.

ചരാചരങ്ങളൊക്കെയും ഒന്നുപോലെ

നമ്മുടെ സമൂഹത്തിന്, രാഷ്ട്രത്തിന്, മനുഷ്യവംശത്തിനാകെയും അനുഭവപ്പെടാനിരിക്കുന്ന വിപത്തുകളെക്കുറിച്ച് ആകുലപ്പെടുന്ന മനസ്സാണ് പിയുടേത്. കൊളോണിയൽ ആധുനികതയുടെയും തദ്ദേശീയമായ സാമൂഹിക സന്ദർഭങ്ങളുടെയും പരസ്പര പ്രവർത്തനത്തിൽനിന്ന് തന്റേതായ ലോകബോധം സ്വരൂപിക്കുകയാണ് അദ്ദേഹം ചെയ്തത്. 'തെറ്റിപ്പോയ വഴികളുടെ ചരിത്രമാണ് പി യ്ക്ക് സമകാലിക ചരിത്രം. പിയുടെ നിരാസങ്ങളുടെയെല്ലാം ആധാരം ഈ ബോധ്യമാണ്. നവോത്ഥാന ശിഷ്ടമായ മനുഷ്യസങ്കല്പവും മനുഷ്യകേന്ദ്രിതമായ പ്രപഞ്ച സങ്കല്പവും മനുഷ്യന്റെ മറ്റു ഗർവ്വുകളും വംശ സ്വാർത്ഥതകളും ഹിംസാപരതയും നിരസിച്ച പിയുടെ തൃക്കാക്കര പുരാവൃത്തത്തിൽ കാണുന്നത് മാനുഷരെല്ലാരു മാത്രമല്ല, ചരാചരങ്ങളൊക്കെയും ഒന്നുപോലെ നീതിയും നേരും സ്വാതന്ത്ര്യവും സ്നേഹവും സമൃദ്ധിയും സുഖവും സൗന്ദര്യവുമനുഭവിക്കുന്ന മഹത്തായ ജൈവനൈതികതയുടെ ഓണക്കിനാവാണ്.' (മുഖവുര -*അതിരുവിട്ട്*, കെ. ജി. ശങ്കരപ്പിള്ള, *തൃക്കാക്കരയ്ക്ക് പോം പാതയേതോ?*)

മനുഷ്യജീവിതത്തിന്റെ നൈസർഗ്ഗികതയെ നിലനിർത്താനുള്ള മാർഗ്ഗം പ്രകൃതിയുടെ നൈസർഗ്ഗികതയെ സംരക്ഷിക്കുകയാണ് എന്ന ശാസ്ത്രമതമാണ് പിയുടെ ജൈവനീതി ദർശനം. 'എല്ലാ ഭൂതങ്ങളെയും തന്നിലും, എല്ലാ ഭൂതങ്ങളിലും തന്നെയും കാണുന്നയൊരാൾ ഈ ഏകത്വദർശനം ഹേതുവായിട്ട് ലോകത്തിൽ ഒന്നിനെയും നിന്ദിക്കുന്നില്ല.' (*ഈശാവാസ്യോപനിഷത്ത്*, മന്ത്രം 6) എന്ന ഏകത്വ ദർശനം (പത്തുവർഷത്തോളം സംസ്കൃതം പഠിച്ച) പിയെ തീർച്ചയായും സ്വാധീനിച്ചിട്ടുണ്ട്. പ്രപഞ്ചം താനാവുക, താൻ പ്രപഞ്ചമാവുക, എല്ലാം ഒന്നാവുക എന്ന് പി (*കവിയുടെ കാല്പാടുകൾ*) എഴുതിയിട്ടുണ്ട്. വിണ്ണിന്റെയും മണ്ണിന്റെയും മധ്യേ നിലകൊണ്ട് അവ രണ്ടിനേയും ഇണക്കുന്നതാണ് തന്റെ കവിതയെന്ന് പി (*കവിയുടെ പൂന്തോട്ടം*) പറഞ്ഞതും കൂട്ടിച്ചേർക്കാം. മനുഷ്യനുൾപ്പെടെ സർവ്വതിനേയും പ്രപഞ്ചത്തിൽ കണ്ടെത്തുന്ന

കവി ജൈവനീതിയുടെ വക്താവാണ്. 'ഇവിടെ എല്ലാ പുൽനാമ്പു കളും കല്ലും മരവും എല്ലാം ഒന്നാകുന്നു. കറുപ്പ് കറുപ്പല്ലാതാകു ന്നില്ല; വെളുപ്പ് വെളുപ്പും. സ്വയം എന്താണോ ആ നില വെടി യാതെ തന്നെ വിരുദ്ധങ്ങൾ ഒരുമിക്കുന്നു.' (ജർമ്മൻ മിസ്റ്റിക്കായ എക്ഹാർട്ടിന്റെ തത്വം, ഉദ്ധരണി - *പാശ്ചാത്യ സാഹിത്യ ദർശനം*, എം.അച്യുതൻ) 'യോഗാത്മകത' യുടെ ഈ ദാർശനിക സമീപനം പോലെയാണ് പി യിൽ ജൈവനീതിബോധത്തിന്റെ ഉൾപ്രേരണ വർത്തിച്ചിട്ടുള്ളത്.

ജൈവനീതി ദർശനം പി കവിതയിൽ

ശക്തികേന്ദ്രം ജൈവനൈതികത

പി കവിതയിലെ ദാർശനികതലങ്ങളിലൊന്ന് ജൈവനീതിയുടേതാണ്. സൂക്ഷ്മവും ശാസ്ത്രീയവും ഗൗരവമേറിയതുമായ ജൈവനൈതികത അദ്ദേഹത്തിന്റെ കൃതികളിൽ വ്യാപരിച്ചിരിക്കുന്നു. മനുഷ്യനും പ്രകൃതിയും സമരസപ്പെട്ടുപോകേണ്ടതിന്റെ അനിവാര്യതയിൽ ഊന്നിനിൽക്കുന്ന ദർശനം അദ്ദേഹത്തിന്റെ ആശയലോകത്തിലുണ്ട്. പി കവിതയിലെ സഹജമായ പ്രപഞ്ചൈക്യ ബോധമാണ് അതിനെ സമകാലീനമാക്കുന്നത്. പി കവിതയുടെ മഹത്വം അത് ഉദ്ഘോഷിക്കുന്ന വിശ്വപ്രേമ സന്ദേശമാണ്. ജൈവനീതി ദർശനത്തിന്റെ തായ്‌വേര്, പി യെ സംബന്ധിച്ചിടത്തോളം വിശ്വപ്രേമമാണ്. 'വിശ്വപ്രകൃതിയാൾ തൻ കലാശാലയിൽ' നിന്നാണ് താൻ വിസ്തൃത സൗന്ദര്യപാഠം പഠിച്ചതെന്ന് പി എഴുതിയിട്ടുണ്ട്. പ്രകൃതിലാവണ്യത്തിൽ, നക്ഷത്ര മന്ദഹാസത്തിൽ, 'പെറ്റമ്മയെ വിട്ടുപോവാൻ മടിക്കുന്ന കൊച്ചു പുൽക്കൊടിത്തുമ്പിൽ' ജീവചൈതന്യം ദർശിച്ച പി.യ്ക്ക് പ്രകൃതിയെ തന്നിൽനിന്ന് അന്യമായി കാണാനാവുമായിരുന്നില്ല. 'കട്ടുറുമ്പിനും കൂടി മംഗളം നേരുന്ന' (*നെടുവീർപ്പ്*) ചരാചരപ്രേമിയാണദ്ദേഹം. പ്രകൃതി, പ്രേമം, അനന്തസൗന്ദര്യം-അതിന്റെ അടിത്തറയിൽ നവ്യ സുന്ദരലോകം കെട്ടിപ്പെടുക്കലാണ് കലാകാരന്റെ കടമെയന്ന് അദ്ദേഹം വിശ്വസിച്ചിരുന്നു.

സർവ്വചരാചര പ്രപഞ്ചവും അദ്ദേഹത്തിന്റെ സ്വന്തമായിരുന്നു. ഈ സഹജാവബോധത്തെ അദ്ദേഹം മനുഷ്യന് അഭിമുഖമായി നിർത്തി. എന്നാൽ പി യുടെ ലോകം മനുഷ്യന്റേതു മാത്രമായിരുന്നില്ല. പ്രകൃതിയേയും മനുഷ്യചേതനയേയും അഭിന്നമായി കാണു

കയായിരുന്നു അദ്ദേഹം. പി യ്ക്ക് കവിത സാമൂഹികജീവിതത്തിൽ ഇടപെടാനുള്ള കേവലോപാധിയായിരുന്നില്ല, മറിച്ച് സ്വന്തം ജീവിതത്തെ സാമൂഹിക ജീവിതത്തിൽ ലയിപ്പിക്കാനുള്ള സാമഗ്രിയായിരുന്നു. അത്തരമൊരു നിലപാട് തറയിലാണ്, ജൈവനീതി ദർശനം പി കവിതയുടെ പ്രേരണയും അതിലെ മാനവിക ബോധവും വികസന പരിപ്രേക്ഷ്യവുമായി തീരുന്നത്.

ജീവിതത്തിൽ ആത്മികസ്വാധീനം ചെലുത്തുന്ന ആരാധനാ കേന്ദ്രത്തോടെന്നപോലെയാണ് ജൈവനൈതികതയിൽ പിക്കുണ്ടായിരുന്ന അഗാധമായ താല്പര്യം. പ്രകൃതിയോടിണങ്ങി ജീവിച്ച കവിമനസ്സിൽ ജൈവനീതി ദർശനം സഹജഭാവമായി രൂപം കൊള്ളുകയായിരുന്നു.

കർഷക കന്യകയോടൊപ്പം ഇരുകരകൾക്കുമുരുട്ടി
പ്പോകുന്ന നിളാനദി, പച്ച പിടിച്ച പ്രകൃതി
വിലാസഭംഗി, ആ കൊച്ചുശിവക്ഷേത്രത്തിൽ മങ്ങിക്ക
ത്തുന്ന അന്തിത്തിരി, അരയാലിൻകൊമ്പിൽ
കൂടുകൂട്ടിയ ആ ഇണപ്പക്ഷികൾ, നേരിയ ഇരുട്ടിൽ
കൂടി ഇഴഞ്ഞുനീങ്ങുന്ന കാളവണ്ടികൾ, പുഴമണലിലേക്ക്
കാലുനീട്ടിയിരിക്കുന്ന പാത, എല്ലാം ചിത്രശാലയിൽ
കൂടി കടന്നുപോയി. ഈ ആയൂർക്കുന്നിനും ഭാരത
പ്പുഴയ്ക്കും പട്ടാമ്പി പരിസരങ്ങൾക്കും
എന്റെ കാവ്യകല പൂർണ്ണമായി കടപ്പെട്ടിട്ടുണ്ട്.
(*എനിക്കേറ്റവും ഇഷ്ടപ്പെട്ട എന്റെ കവിത*)

ഗംഗാനദി കാളിദാസനെയും ഗോദാവരിതീരം ഭവഭൂതിയെയും പത്മാനദി ടാഗോറിനെയും നിത്യപുളകമണിയിച്ചതുപോലെ ഭാരതപ്പുഴയാണ് (*അവളുടെ ഹൃദയത്തിൽ*) പി യെ നിത്യരോമാഞ്ചം കൊള്ളിച്ച പ്രചോദനശക്തി. 'മലനാടിൻ മങ്കയാമീ/ നിളയുണ്ടോ പ്പമെന്നുമേ' (*കാവേരി*) എന്ന് അദ്ദേഹം ഉറപ്പിച്ചുപറയുന്നുണ്ട്.

ഇങ്ങനെയൊരു ശക്തികേന്ദ്രം കവി മനസ്സിലുണ്ടാക്കിയ ദാർശനികാവബോധത്തിന്റെയും ദീർഘദൃഷ്ടിയുടെയും അസ്വാസ്ഥ്യങ്ങളാണ് പി കവിതയുടെ നിർമ്മാണഹേതു. 'കാല്പനിക കവികളുടെ പൊതുസ്വഭാവമാണ് ഇമ്മട്ടിലുള്ള രചനാശൈലി. പ്രകൃതിയുമായി ഗാഢബന്ധം പുലർത്തുന്നവരാണ് കാല്പനിക കവികൾ. പ്രകൃതിയും ആത്മാവും അവർക്ക് തുറന്നിട്ട പുസ്തകം പോലെ

യാണ്.' (*ഇംഗ്ലീഷ് റൊമാന്റിക് റൈറ്റേഴ്സ്* - ഹെൻറി എം. ബാറ്റൻ ഹൗസ്) സകല സൗന്ദര്യ സാര സർവസ്വങ്ങളായ ഗ്രാമങ്ങളെ, സംസ്കാരത്തിന്റെ കേദാരങ്ങളും നന്മകളുടെ സമൃദ്ധി സ്ഥാനങ്ങളുമായ ഗ്രാമങ്ങളെ വ്യവസായവൽക്കരണത്തിന്റെ വളർത്തുമൃഗങ്ങളായ നഗരങ്ങൾ വിഴുങ്ങിക്കൊണ്ടിരിക്കെ, വ്യവസായ നഗരങ്ങളിലെ കൃത്രിമമായ ജീവിതത്തിന്റെ ദുസ്സഹമായ അസ്വാസ്ഥ്യങ്ങൾ മനസ്സിനെ ഞെരുക്കുമ്പോൾ പഴയ ഗ്രാമീണ സൗന്ദര്യ സംസ്കാരങ്ങളെയും ജീവിത ശാന്തിയെയും കുറിച്ചുള്ള വിഷാദ മൂകമായ സ്മരണകളയവിറക്കുകയും അതിൽ ഒരുവിധം സംതൃപ്തി കണ്ടെത്തുകയും ചെയ്യുകയായിരുന്നു അന്നത്തെ (റൊമാന്റിക്ക്) കവികളുടെ ശീലം.' (*മരണമില്ലാത്ത കവിത*, സി.പി.ശ്രീധരൻ, അവതാരിക -*താമരത്തോണി*) ഈ കാല്പനികരുടെ കൂട്ടത്തിൽ വലിയ റൊമാന്റിക്ക് ആണ് പി യെന്ന് വിലയിരുത്തപ്പെട്ടിട്ടുണ്ട്. റൊമാന്റിക് റിയലിസത്തിന്റേതായ പ്രത്യയശാസ്ത്രത്തെ പി കവിത പ്രതിരോധിക്കുകയാണെന്ന അഭിപ്രായവുമുണ്ട്. (*ഇടപെടലുകൾ* - പി.പി. രവീന്ദ്രൻ)

കാഴ്ചയും നോട്ടവും

പി കവിത ഉയർത്തിപ്പിടിക്കുന്നത് ഉൽക്കർഷോന്മുഖമായ മാനവികതയെയാണ്. വ്യക്തി എന്ന നിലയിൽ അവ്യവസ്ഥിതമായ വ്യവഹാരചര്യകളായിരുന്നു അദ്ദേഹത്തിന്റേത്. എന്നാൽ അദ്ദേഹത്തിന്റെ കാവ്യലോകം സമൂഹത്തിന്റെ നന്മയെയും പുരോഗതിയെയും കാംക്ഷിക്കുന്നതാണ്. പ്രകൃതിയുടെ ശാലീനതയോടും അമൂർത്തതയോടും സല്ലപിക്കുവാനും അപ്രാപ്യമായ ലോകങ്ങളോട് മിസ്റ്റിക്ക് ഭാഷയിൽ സംവദിക്കാനും പി അവലംബിക്കുന്നത് തന്റെ ചുറ്റുപാടുമുള്ള പച്ചയായ സാമൂഹിക - മാനുഷികാവസ്ഥകളെയാണ്. മനുഷ്യനെയും പ്രകൃതിയെയും അടുത്തറിഞ്ഞയാളാണ് ഇക്കവി. എന്നാൽ കേന്ദ്രിതമായ ലോകബോധത്തെ അപകേന്ദ്രീകരിക്കാനുള്ള പ്രവണത പി യുടെ ജീവിതത്തിലും കവിതയിലുമുണ്ട്.

പ്രകൃതിയോടും ഗ്രാമസൗന്ദര്യത്തോടുമുള്ള അഭിനിവേശവും മനുഷ്യനോടും ജീവിതത്തോടുമുള്ള പ്രതിബദ്ധതയും ചേരുന്നതാണ് പി കവിതയിലെ ജൈവനീതി ദർശനം. പ്രകൃതിസൗന്ദര്യത്തിന്റെ ലഹരിയിൽ വിഹരിക്കുമ്പോഴും ജീവജാലങ്ങൾ തമ്മി

ലുള്ള ബന്ധത്തിന്റെ ഊഷ്മളതയിലാണ് ആ കവിതയുടെ ജീവോർജ്ജം. ജൈവസ്നേഹത്തിന്റെ കൊടിക്കൂറയാണ് അവിടെ പാറുന്നത്. പ്രകൃതിയിലെ സർവ്വചരാചരങ്ങൾക്കും പുതിയ മാനവും അർത്ഥവും നൽകുന്നതാണ് പി കവിത. ഇതരജീവജാലങ്ങളും മനുഷ്യനും തമ്മിൽ 'എന്തോ വലിയാതുള്ളൊരു ചാർച്ച'യുണ്ടെന്നറിഞ്ഞ കവി, പ്രകൃത്യംബതൻ 'മടിത്തട്ടിന്നൊരോമനപ്പൈതൽ' മാത്രമായ മനുഷ്യൻ ഓരോ പൂവിന്റെയും പുൽക്കൊടിയുടെയും മൗനഭാഷ പോലും അറിഞ്ഞിരിക്കണമെന്ന് നിഷ്കർഷിക്കുന്നു.

ജൈവനീതിയെക്കുറിച്ചുള്ള അബോധപരമായ സങ്കല്പനത്തിന്റെ പ്രേരണയാൽ സമസ്തപ്രപഞ്ചത്തിന്റെയും ദുഃഖം ആത്മവിഷാദം പോലെ ഏറ്റുവാങ്ങുന്നവയാണ് പി കവിത.

ഗൃഹമുണ്ടൈശ്വര്യങ്ങൾ ശില്പഭംഗികൾ ചേർക്കും
ഗൃഹമുണ്ടൊരാളില്ല, യാരതു മനുഷ്യൻ താൻ!
എത്ര സുന്ദരി ഹാ ഹാ, പേർത്തുമീ പ്രപഞ്ച ശ്രീ,
എങ്കിലുമവൾക്കില്ല ചേർന്നൊരു വരൻ മാത്രം.
കണ്ണുകൾ നനഞ്ഞുപോയ് കവിയ്ക്കീ വിശ്വത്തിന്റെ
മിന്നുന്നൊരഴകിന്റെ വൈധവ്യദുഃഖം കാൺകെ.

ജൈവനീതിദർശനത്തിന്റെ ചിഹ്നസഞ്ചയം പി കവിതയിൽ അന്തർലീനമാണ്. മറ്റുള്ളവർ പ്രപഞ്ചത്തെ കാണാൻ ശ്രമിക്കുമ്പോൾ ഇക്കവി പ്രപഞ്ചത്തെ നോക്കുകയായിരുന്നു. കാഴ്ചയ്ക്കും നോട്ടത്തിനും വ്യത്യാസമുണ്ട്. പനിനീർപ്പൂവിനെ പ്രകൃതിശാസ്ത്രജ്ഞൻ പ്രകൃതിതത്വമായും വ്യാപാരി കച്ചവടസാധനമായും അമ്പലവാസി നിത്യവൃത്തിക്കുള്ള ഉപാധിയായും കാമുകൻ പ്രണയിനിയുടെ കവിൾത്തടമായും കാണുന്നു. എന്നാൽ കവിയ്ക്ക് അത് പ്രകൃതിയുടെ കൈയക്ഷരമാണ്, പ്രകൃതി എഴുതിയ കവിതയാണ്. ഇതാണ് നോട്ടത്തിന്റെ വ്യതിരിക്തത.

വേലിയും മതിലും കെട്ടി ഭൂമി കണ്ടിയ്ക്കുമാക്കരം
പണിയും കൈകളിൽ പങ്കു സമമേകാത്തൊരക്കരം
മനുഷ്യജീവിയെ കാലിയായി മേയ്ക്കുന്നൊരക്കരം
പടിയ്ക്കലാ നിറത്തോക്ക് കാവൽ നിർത്തുന്നൊരക്കരം
ഭ്രാതൃരക്തക്കുഴമ്പെന്നും കാച്ചിത്തേയ്ക്കുന്നൊരക്കരം
അസമത്വകരം വെട്ടാൻ വാളായ് മാറുക തൂവൽ നീ.

(*കടാക്ഷം*)

പി യുടെ ഈ ആഹ്വാനം തീവ്ര വിപ്ലവരാഷ്ട്രീയക്കാരന്റേതല്ല. അതൊരു മനുഷ്യസ്നേഹി സാമൂഹ്യാവസ്ഥയെ നോക്കിയപ്പോഴുള്ള പ്രതിസ്പന്ദനമാണ്.

ഭക്തന്റെ പരിദേവനമല്ല

ജൈവനീതിയുടെതായ ദർശിനിയിലൂടെ നോക്കുമ്പോൾ, 'ഭക്തകവി' പി യ്ക്ക് ഹൈന്ദവ പുരാണേതിഹാസങ്ങളുമായി ബന്ധപ്പെട്ട മിത്തുകളും ഈശ്വരവിശ്വാസം പോലും പ്രകൃതിയോടും മനുഷ്യനോടുമുള്ള അനുഭൂതിയും സ്നേഹവുമായി മാറുന്നു. തന്റെ സാമാന്യബോധത്തിൽ അടിയുറച്ചിരുന്ന ഹിന്ദുവിശ്വാസധാരയെ ബഹുസ്വരമായ ആഖ്യാനത്തിലൂടെ ജൈവനൈതികതയിലേക്ക് അപകേന്ദ്രീകരിച്ചു എന്നതാണ് പി കവിതയുടെ സമകാലീന വായനയെ പ്രചോദിപ്പിക്കുന്നത്. പി യുടെ ഭക്തിയിൽ അന്വേഷണത്തിന്റെ ഔത്സുക്യവും വിഭക്തിയും നിലീനമാകുന്നുണ്ട്. പല അനുഭവങ്ങളോടും വ്യത്യസ്ത വിതാനത്തിലാണ് ആ 'ഭക്തി' ഉണരുന്നത്.

ക്ഷേത്രവും ഭക്തിയും കേവലം സങ്കല്പചിത്രമല്ലെന്നും യാഥാർത്ഥ്യങ്ങളുടെ ചിത്രശാലയാണെന്നും വിശദീകരിക്കുന്നതാണ് *നരബലി*. ജീർണ്ണക്ഷേത്രവർണന ബലിയുടെ അനിവാര്യതയിലേക്കാണ് നയിക്കുന്നത്.

പുത്രരക്തം പുത്രമാംസം
മതി ഞാൻ കേട്ടു കല്പന
ചുറ്റും കപടഭക്തിക്കു
ശിക്ഷയേൽക്കേണമിന്നു ഞാൻ.

'ഭക്ത'ന്റെ ഹൃദയം സമകാലീനാനുഭവങ്ങളിൽ വ്യതിഥമാകുന്നതിന്റെ ഭാഷയാണ് നാം കേൾക്കുന്നത്. *കന്യാകുമാരി, പറയെടുപ്പ്, അന്നത്തെ വിഷുക്കണി* തുടങ്ങിയവയിലും ഭക്തിയും വിശ്വാസവും ജൈവസത്യങ്ങൾ വിളിച്ചു പറയാനുള്ള കാവ്യോപാസനയായാണ് അവതരിപ്പിച്ചിട്ടുള്ളത്. 'പുഴ കടലിലെന്നപോലെ, ഭക്തി ശാശ്വത സത്യത്തിലണയുന്നു'. (*കശാപ്പുശാല- കവിയുടെ കാൽപ്പാടുകൾ)*

ഗുരുവായൂരമ്പലത്തിലുണ്ടായ തീപ്പിടുത്തത്തെ പ്രമേയമാക്കി എഴുതിയ *ഗോപുരം കാവൽക്കാർ* പരമഭക്തന്റെ പരിദേവനത്തിനു

പകരം മനുഷ്യസ്നേഹിയുടെ ദർശനപരിദീപ്തിയാണ് പ്രകടിപ്പിക്കുന്നത്. പ്രകൃതിയുടെ ജീർണതയും ക്ഷേത്രത്തിന്റെ ജീർണതയും ഒന്നാക്കി ആവിഷ്ക്കരിക്കുന്നു.

നവ്യനീതി ബോധം

നീതി എന്ന പരമ്പരാഗത സങ്കല്പനത്തിന്റെ വിവക്ഷകളെ കവിയുന്ന അന്തർധാരയാണ് പി കവിതയിലെ ജൈവനീതി. ചുറ്റും കാണുന്ന നെറികേടുകളോട് കവി അമർഷം കൊള്ളുന്നു. കുറ്റം ചെയ്യുന്നവർ മാത്രമല്ല പ്രതികൾ. ഒരുതരം ആത്മപീഡ പോലെ, കവിയും വിമർശിക്കപ്പെടുന്നു.

കഞ്ഞിവെള്ളം നുണയ്ക്കല്ലാതെ
പൈതങ്ങൾ പിടയുമ്പോഴും
പെരുത്ത വേതനം തിന്നു
വീർക്കുമീ ഞാൻ മരിക്കണം
പീടികത്തിണ്ണ വീടാക്കി
സഹോദരി മയങ്ങവേ
കൈക്കോഴയാൽ ബംഗ്ലാവ്
തീർക്കുമീ ഞാൻ മരിക്കണം

(*നരബലി*)

ദുഷിച്ച വ്യവസ്ഥിതിക്ക് കാരണക്കാരായവരെ മാത്രം വിചാരണ ചെയ്യുന്ന പരമ്പരാഗത നീതിബോധമല്ല പി യുടേത്. ആത്മബലിക്കു തയ്യാറാകുന്ന മാനവികതാവാദിയുടേതായ ബോധമണ്ഡലം അദ്ദേഹത്തിൽ പ്രവർത്തിച്ചിരുന്നു. നീതിശാസ്ത്രജ്ഞരുടെ വൈചാരികാവസ്ഥയിൽ മാത്രമല്ല കവി ജൈവലോകത്തെ സമീപിക്കുന്നത്. വൈകാരികമായ സമീപനരീതി അദ്ദേഹത്തിൽ മുന്തി നിന്നിരുന്നു. ജൈവലോകത്തെ ചെറുചലനങ്ങളെപ്പോലും നിരീക്ഷിച്ചുപോന്ന സാമൂഹ്യശാസ്ത്ര വിദ്യാർത്ഥിയുമായിരുന്നു പി.

ജനജീവിതത്തിൽ വേദനയുടെ പ്രതീകമായി കവി കണ്ടത് കർഷകനെയാണ്. ആ കർഷകനാവട്ടെ വിശന്നുപൊരിഞ്ഞാലും വിത്തെടുത്തുണ്ണാത്തവനാണ്, മുരട് മറക്കാത്തവനാണ്. (*സോപാനത്തിൽ*). ആഗോളവൽക്കരണകാലത്തെ സമസ്യകളുമായി (അന്തകവിത്ത്, അഗ്രിബിസിനസ്സ്, കാർഷികമുതലാളിത്തം, പൊതു

മേഖലാ വില്പന തുടങ്ങിയവ) ഇത് താരതമ്യം ചെയ്യൂ; എരിപൊരി കൊള്ളുന്ന ഭൗതിക-സാമൂഹിക ജീവിതപ്രശ്നങ്ങളെ പി കവിത കൈകാര്യം ചെയ്ത നീതിബോധത്തിന്റെ തെളിച്ചം വെളിപ്പെടും.

അനുഭവലോകം

സ്വാനുഭവങ്ങളിൽനിന്നാണ് ജൈവനീതിയുടേതായ ദാർശനിക പരിസരം പി യെ സ്വാധീനിക്കുന്നത്. അനുഭവം എന്ന സങ്കല്പ ത്തിന് സാമാന്യത്തിൽനിന്ന് ഭിന്നമായ അർത്ഥതലമാണ് പി കവി തയിലുള്ളത്. ഇക്കവിയെ സംബന്ധിച്ചിടത്തോളം അനുഭവം കേവലം പ്രത്യക്ഷാനുഭവം മാത്രമല്ല. ജീവിതത്തിനില്ലാത്തൊരു സൗരൂപ്യം, തനിക്കു സ്വയം അറിയാനുള്ള മാധ്യമം ഈ തലത്തി ലെല്ലാം അത് പി കവിതയിലുണ്ട്. വാക്കുകളിലൂടെയും അവയുടെ ചമയങ്ങളിലൂടെയും ചായങ്ങളിലൂടെയും നിർമ്മിക്കുന്ന രൂപമാണ് അനുഭവം എന്ന നിലയിൽ പി ആവിഷ്ക്കരിക്കുന്നത്. (*അനുഭ വവും ആഖ്യാനവും* - ഡോ.ഇ.വി.രാമകൃഷ്ണൻ, *കവിതയുടെ രഥോത്സവം*) അതുകൊണ്ടുതന്നെ, പരോക്ഷാനുഭവങ്ങളുടെ വിചാ രപരവും വികാരപരവുമായ സമ്മിശ്രപ്രേക്ഷണമായിത്തീരുന്നുണ്ട് പി കവിത.

അന്ധകാരത്തിൽ കളി കഴിഞ്ഞാടുന്ന
പന്തലുപോലെ കുഴയുന്നു വിണ്ടലം
പാട്ടുകഴിഞ്ഞൊരു ഗായകൻ വെച്ചതാം
ചേങ്ങലം പോലെ മയങ്ങുന്നു ഭൂതലം

(*കളിയച്ഛൻ*)

ഇത് ഒരു പ്രകൃതിചിത്രമാണ്. എന്നാൽ ഇതിൽ ഒരു കലാ സംസ്കൃതിയുടെ അനുഭവം ഉൾച്ചേർന്നിരിക്കുന്നു.

ജീവിതം പ്ലാസ്റ്റിക് പൂവായിത്തീരും!

ജൈവനീതിയുടെ ആശയലോകമുൾക്കൊള്ളുന്ന ധാരാളം കവിതകൾ പി കൃതികളിലുണ്ട്. *കടാക്ഷം, നരബലി, തൂക്കുമര ത്തിൽ, മനുഷ്യനില്ല, ഓണക്കാഴ്ച, മലനാടിന്റെ മഹാസന്ദേശം, ഗാമയുടെ കപ്പൽ, അറ്റ കൈ, യുദ്ധകാഹളം, ഹരിജന ഗാനം, വെള്ളം വെള്ളം, ഗാന്ധിഗ്രാമം അതെവിടെ?* ഇങ്ങനെ ഈ പട്ടിക എത്രയും നീളും. ഇനിയും നശിച്ചിട്ടില്ലാത്ത നന്മയും പ്രകൃതിയുടെ

പുണ്യവും അടിത്തറയായ ജൈവനീതി ദർശനത്തിന്റെ ആശയ ലോകം പി കവിതയെ ഇന്നും വായനാക്ഷമമാക്കുന്നു. പി എന്ന കവി 'പ്രകൃതിക്ക് സ്തുതി പാടി' നടന്നു. ജീവിവർഗങ്ങളുടെ ആസന്നമായ നാശമോർത്ത് വികാരം കൊണ്ടു. അതിനുകാരണക്കാരായവരെ നിർഭയം ശകാരിച്ചു. ഒരവധൂതനെപ്പോലെ മനുഷ്യരാശിയുടെ ഭാവിഫലം പ്രവചിച്ചു നടന്നു. പ്രകൃതിക്കെതിരെയുള്ള ഏതു ഗൂഢാലോചനയും അദ്ദേഹം മറ്റാരെക്കാളും മുമ്പേ മണത്തറിയുമായിരുന്നു. ഇന്ന് ജീവനോടെ ഉണ്ടായിരുന്നെങ്കിൽ ദേശീയപാതയോരത്ത് തഴച്ചുവളരുന്ന അക്കേഷ്യാമരങ്ങളെക്കുറിച്ചും ഓണച്ചന്തകളിൽ കുന്നുകൂടുന്ന ഫ്യൂറഡാൻ തിന്നു വീർത്ത പച്ചക്കറികളെക്കുറിച്ചും ആണവമൗഢ്യങ്ങളെക്കുറിച്ചുമൊക്കെ ഉറക്കെ പാടുമായിരുന്നു. (*പരിസ്ഥിതി കവിതയ്ക്ക് ഒരാമുഖം* -പി.പി.കെ.പൊതുവാൾ). ഇന്ന് നിയമനിർമ്മാണവും ബോധവൽക്കരണവും ഉൾപ്പെടെയുള്ള നടപടികളിലൂടെ നിർമാർജ്ജനം ചെയ്യാൻ ശ്രമിക്കുന്ന പ്ലാസ്റ്റിക്കിന്റെ ഭവിഷ്യത്തിനെ കുറിച്ച് പി നൽകിയ മുന്നറിയിപ്പ് കാണൂ:

> രത്നമില്ല, സ്വർണമില്ല, വെള്ളിയില്ല - പ്ലാസ്റ്റിക്
> സാമാനങ്ങൾ കുമിഞ്ഞുകൂടുന്നു - പെൺകിടാ-
> ങ്ങളുടെ ചുരുൾമുടിയിൽ പ്ലാസ്റ്റിക് പൂക്കൾ. മനുഷ്യ
> പ്രകൃതി പ്രകൃതിസൗന്ദര്യത്തിൽ നിന്നകലുന്നു. പ്രകൃതി
> സൗന്ദര്യത്തിന്റെ ഒരു കൈവഴിയാത്രയാണ് മനുഷ്യ-
> സൗന്ദര്യമെന്നവൻ മറക്കുന്നു - മറന്നാൽ
> മനുഷ്യജീവിതം -അതാകും. ഏത്?
> പ്ലാസ്റ്റിക് പൂവ്.
>
> (*എന്നെ തിരയുന്ന ഞാൻ, 1977*)

ജൈവനീതിയുടെ ആശയലോകം

പ്രപഞ്ചസത്യത്തോടുള്ള അനന്തമായ ഉപാസനയുടെയും ഒടുങ്ങാത്ത മാനവസ്നേഹത്തിന്റെയും അടിയൊഴുക്കുകളാണ് പി കവിത. അഭിശപ്തമായ നാടും മാനവദുഃഖങ്ങളും സാമൂഹികപ്രതിബദ്ധതയും ആ കവിതകളിലെമ്പാടും പ്രമേയമായി. പുതുയുഗത്തിന്റെ സമസ്താഘാതങ്ങളുമേറ്റു പിടയുന്ന മനുഷ്യനും പ്രപഞ്ചചൈതന്യവും വികാരോജ്ജ്വലമായി ആ കവിതകളിൽ ആവിഷ്ക്കരിക്ക

പ്പെട്ടു. അതുകൊണ്ടാണ് അതതുസന്ദർഭത്തിലെ സാമൂഹിക കാഴ്ചപ്പാടിന്റെയും മനുഷ്യസ്നേഹത്തിന്റെയും പുറപ്പാടായി ഓരോ കാലത്തും പി കവിതയെ പരിഗണിക്കാൻ കഴിയുന്നത്. സ്വാഭാവികവും നൈസർഗികവുമായ ജൈവനീതിയുടെ ആശയപരിസരമാണ് ഇക്കവിയിലും കവിതകളിലും അന്തർലീനമായിരിക്കുന്നത്.

'പ്രകൃതിയുടെ അച്ചടക്കം പാലിക്കുന്നതും അടിസ്ഥാനജനാധിപത്യത്തിന്റെ പാഠങ്ങൾ ആവിഷ്കൃതമാകുന്നതും സഹവർത്തിത്വത്തിന്റെ മാനദണ്ഡങ്ങൾക്കനുസരിച്ച് അതിജീവനം സാധ്യമാകുന്നതും ലിംഗവിവേചനവും സാമൂഹികാസമത്വങ്ങളും വഴി വിഭജിതമാകാത്തതുമായ സാമൂഹിക സത്തയാണ്' (*പരിസ്ഥിതിയുടെ രാഷ്ട്രീയം*- സച്ചിദാനന്ദൻ) ജൈവനീതിദർശനം വിഭാവനം ചെയ്യുന്നത്. ചില സ്ഥൂലവസ്തുക്കളെക്കുറിച്ച് സ്തുതി പാടുന്ന യാന്ത്രിക പ്രകൃതി സ്നേഹമല്ല അത്. പരമാണു മുതൽ സൗരയൂഥം വരെ, മഹാപ്രപഞ്ചത്തെക്കുറിച്ചുള്ള കാഴ്ചപ്പാടാണത്. ജൈവവും അജൈവവുമായ ലോകത്തിന്റെ നൈതികചോദനകളെയാണ് അത് പ്രതിനിധീകരിക്കുന്നത്.

ജൈവനീതി ദർശനം പി കവിതയിൽ ആഴത്തിൽ വേരോടിയിരിക്കുന്ന സമീപനമാണ്. പ്രകൃതിയിലെ സർവചരാചരങ്ങളും ഒന്നാണെന്ന കാഴ്ചപ്പാട് ആ കവിതകളിൽ പ്രബലമാണ്. പരിസ്ഥിതി വിജ്ഞാനീയ(Ecology) ശാഖയിൽ ഇന്ന് പരിഗണിക്കുന്ന മിക്കവാറും വിഷയങ്ങൾ - ജൈവപരിണാമപരവും സാമൂഹികപരവും ഉൾപ്പെടെ വിവിധ വിഭാഗങ്ങളിലുൾപ്പെടുത്താവുന്ന പ്രശ്നപരിസരം പി കവിതയിൽ വ്യാപരിച്ചിട്ടുണ്ടെന്നും കാണാം.

ജൈവനീതി ദർശനത്തിന് പല തലങ്ങളുണ്ട്. അതിലൊന്നാണ് പരിസ്ഥിതി വിജ്ഞാനീയം. സാങ്കേതികവിദ്യയുടെ ആധിപത്യത്തെയും മനുഷ്യകേന്ദ്രിത ലോകബോധത്തെയും ചോദ്യം ചെയ്യുന്നതും ആ ദർശനത്തിന്റെ ഭാഗമാണ്. സമൂഹപുരോഗതി സംബന്ധിയായ പ്രയോഗാത്മകതലത്തിലുള്ള വിവിധ മാനങ്ങൾ അതിനുണ്ട്. പി കവിതകളിൽ ഈ ആശയപരിസരമാകെ നിറഞ്ഞുനിൽപ്പുണ്ട്. സമഭാവനയിലും സ്ഥിതിസമത്വത്തിലും പാരമ്പര്യ സംസ്കൃതിയിലും ജീവിതലാളിത്യത്തിലും മാനവികതയിലും ഉറച്ചുനിൽക്കുന്ന ആശയങ്ങൾ പി കവിത പ്രസരിപ്പിക്കുന്നു.

പാരിസ്ഥിതികാവബോധം

പരമാണു മുതൽ സൗരയൂഥം വരെ വ്യാപിച്ചിരിക്കുന്നതാണ് പി യുടെ പ്രപഞ്ചബോധം. ഏകമായ പ്രപഞ്ചത്തിന്റെ ദർശനമാണത്. മേഘപാളികളെയും പക്ഷിമൃഗാദികളെയും വൃക്ഷലതാദികളെയും നക്ഷത്രരാശികളെയും കാടുകളെയും കാറ്റുകളെയും പച്ചപുൽകൂമ്പുകളെയും കവി നീട്ടിവിളിക്കുന്നത് (*മണിമാല*) കേവലം പ്രകൃതിവർണ്ണന മാത്രമായല്ല; പാരിസ്ഥിതികാവബോധത്തിന്റെ വിളംബരം കൂടിയാണ്. പ്രകൃതിയും മനുഷ്യനും തമ്മിൽ വിധേയത്വത്തിന്റെയും സഹവർത്തിത്ത്വത്തിന്റേതുമായ ബന്ധം പുലർത്തുക എന്നതാണ് പാരിസ്ഥിതികാവബോധം. ഭൂമിയും മറ്റെല്ലാ ജീവജാലങ്ങളും മനുഷ്യന്റെ ഉപഭോഗത്തിനുള്ളതാണെന്ന യാഥാസ്ഥിതിക ചിന്തക്കെതിരായാണ് പാരിസ്ഥിതികാവബോധം നിലകൊള്ളുന്നത്. ഇതിന്റെ ഫലമായി ഹരിതബോധം ഇന്ന് ഏറെക്കുറെ പൊതുബോധമായി തീർന്നിട്ടുണ്ട്.

നിർത്തുകീ വനവധവും പുഴനാശവും

പരിസ്ഥിതിസന്തുലനം നിരന്തരം അട്ടിമറിക്ക് വിധേയമാകുകയാണ്. പ്രകൃതിസന്തുലനാവസ്ഥയുമായി ബന്ധപ്പെട്ട ആശങ്ക പി കവിതയിൽ നിറഞ്ഞുനിൽപ്പുണ്ട്. പ്രകൃതി രമണീയതയുടെ തിരോധാനം കവിയെ തീവ്രദുഃഖിതനാക്കിയിരുന്നു. മനുഷ്യജന്തുവിന്റെ പ്രകൃതിദ്രോഹം, ഭൂതക്രോധം എന്നിവ പി ക്ക് എന്നും കവിതാവിഷയമായിരുന്നു. പി യുടെ പ്രകൃതിപ്രതിപത്തിയുടെ ഉജ്ജ്വലമുഖമാണ് വനവിധ്വംസനത്തിനെതിരെയുള്ള ജാഗ്രത. വനം എന്ന ചൈതന്യപ്രപഞ്ചവും ജനജീവിതവും രാഷ്ട്രതാല്പര്യവുമെല്ലാം ഉൾക്കൊണ്ട വേദനയാണത്. കാനനറാണിയാളുടെ പൊന്നരമന വാതിൽ കുത്തിത്തുറന്ന് നിരന്തരം കൈയേറ്റം നടക്കുന്നു.(വൃക്ഷ

ങ്ങളുടെ) ദഗ്ദ്ധസ്ഥിപഞ്ജരം നീളെ ചിതറിക്കിടക്കുന്നു. വനനിവാസികളുടെ അകൃത്രിമ ജീവിതധാരയുടെ സിരയറ്റുപോയി. ഇങ്ങനെ വനത്തിനും വനജീവിതത്തിനും നാശം വരുത്തി വെച്ചവർ പൊന്നും വെള്ളിയും കൊണ്ട് അസ്തിവാരമിട്ട കൃത്രിമ ജീവിതമേടകൾ പൊക്കുന്നു (*മലമ്പുഴയിൽ*). 'സ്വാർത്ഥ ദുർദ്ദേവതാസേവാബലാൽ നരൻ തീർത്തൊരീ കൃത്രിമ ലോക' ത്തെ കണ്ട് കവി ദുഃഖിതനാകുന്നു.

നരനെ വേട്ടതാം പ്രകൃതിസൗന്ദര്യം
മരിക്കയാൽപ്പച്ചമരം മുറിക്കുന്നു
പെരും ചുമടുമായ് വിയർത്തു ചന്തയ്ക്കു
വരുന്ന കർഷകപ്രജത്തിനൊക്കെയും
മരതകമണിക്കുട പിടിച്ചൊരാ
മരങ്ങളൊക്കെയും മുറിഞ്ഞുപോയല്ലോ.

പരിസ്ഥിതി നശീകരണത്തിലുള്ള രോഷം കേവലം ശോകനിശ്വാസങ്ങളിൽ മാത്രമൊതുക്കുന്നില്ല പി. വനത്തിന്റെ വംശനാശം വരുത്തുന്ന ദുര പിടിച്ച മനുഷ്യരെ *തീപ്പെട്ടിക്കമ്പനി* എന്ന പ്രതീകത്താലാണ് കവി വ്യവഹരിക്കുന്നത്. വലിയ വനത്തിലെ ഒരു കൊച്ചുമരത്തിന്റെ തടി കൊണ്ട് ലക്ഷക്കണക്കിൽ തീപ്പെട്ടിക്കോലുണ്ടാക്കാം. എന്നാൽ അതിലൊരു കോല് മതി വലിയ വനമാകെ നശിപ്പിക്കാൻ. മനുഷ്യന്റെ ദുരയും വനനശീകരണവും അധികൃതർ നോക്കിനിന്നു. എന്നിട്ട് കോടിക്കണക്കിന് രൂപ മുടക്കി വനവൽക്കരണ പദ്ധതി നടപ്പാക്കുന്നു. തൈകൾ നട്ട് വനം വച്ചുപിടിപ്പിക്കാമെന്ന് പ്രചരിപ്പിക്കുന്നു. *ഒരു പ്രമാണി*യിൽ ഈ പാഴ്ശ്രമത്തെയാണ് പരഹസിക്കുന്നത്. ഒരു കൂട്ടം മരങ്ങൾ ചേർന്നാൽ വനമാകുകയില്ല. പ്രകൃതിദത്ത വനത്തിലെ ഇതര ജീവജാലങ്ങളെ സർക്കാർ നിർമ്മിത 'കൃത്രിമ വന'ത്തിലുണ്ടാക്കാനാകുമോ? മരമല്ല കാട് - ഈ കടുത്ത യാഥാർത്ഥ്യങ്ങളാണ് പി വിളിച്ചു പറഞ്ഞത്. മരങ്ങൾ വെട്ടിവീഴ്ത്തി വസന്ത സൗന്ദര്യം നശിപ്പിക്കുന്നതിലുള്ള അരിശമാണ് *മേടക്കാറ്റ്*. വനം നശിപ്പിക്കുന്നതിനെതിരെ വിഷുവും കൊന്നയും സാക്ഷിയാക്കപ്പെട്ടിരിക്കുന്നു. പൊന്നും മേടം അണഞ്ഞപ്പോൾ വീട്ടിൽ കൊന്നത്താലിയില്ലെന്ന് വന്നു. ഈ ധർമ്മസങ്കടം ചില സന്ദർഭങ്ങളിൽ മൂർച്ചയേറിയ ശരങ്ങളാവുന്നുണ്ട്.

പക്ഷികൾ പരുങ്ങുന്നു, വാനത്തുചുറ്റും മഹാ-
വൃക്ഷത്തിൻ ശവം കുന്നുകൂടിയ ചുടലകൾ!
ഉച്ചണ്ഡാരവത്തോടും പാദപവംശം പാടേ
പച്ച തിന്നുവാനെത്തീ യന്ത്രശാലകളെങ്ങും!
ഹാ! പരം, മരം നിലംപൊത്തുമ്പോൾ തെളി വിദ്യു-
ദീപത്താൽ, പുത്തൻ കമ്പിക്കാലുകൾ ചിരിക്കുന്നു.
പ്രാക്തന സംസ്കാരത്തിൻ തായ്‌വേരു പുഴക്കുവാൻ
ഒത്തൊരുമിച്ചു നീളെ മഴുവും കോടാലിയും!
ആർത്താരയലറുന്നു മേഘങ്ങൾ, കണ്ണുനീർ വാർത്തു,
നിർത്തുക വീരന്മാരെ വിപിനവധോത്സവം.

ഹരിതസൗന്ദര്യം ധൂർത്തടിച്ചു നശിപ്പിക്കുന്ന ആധുനിക മനുഷ്യന്റെ ചെയ്തികൾ കവിയെ രോഷാകുലനും പശ്ചാത്താപ വിവശനുമാക്കുന്നു. *പൂവിളി, ദേവകന്യക, പ്രകൃതിയും മനുഷ്യനും, ഗ്രാമീണസന്ധ്യ* തുടങ്ങിയ ഒട്ടനവധി കവിതകളിൽ വനസംഹാരമുൾപ്പെടെയുള്ള പ്രകൃതിദ്രോഹത്തിനെതിരെ പി ശബ്ദം ഉയർത്തുന്നു.

സ്വച്ഛന്ദമായ ഒഴുക്കിനുള്ള പുഴയുടെ അവകാശത്തെ വികസനമെന്ന ചങ്ങലയിൽ തളച്ചിടുന്ന മനുഷ്യദ്രോഹത്തെ *മലമ്പുഴ*യിൽ വിമർശിക്കുന്നു. നദീതടപദ്ധതികൾ വനനശീകരണത്തിന് ഇടയാക്കുന്ന ദുരന്തമെന്ന് അന്നേ പി വിളിച്ചു പറഞ്ഞിരിക്കുന്നു. എന്നാൽ വിശ്വപ്രേമത്തെ തന്റെ നിലപാടായി സ്വീകരിക്കുന്ന കവി പ്രകൃതിയുടെ വീണ്ടെടുപ്പിൽ പ്രതീക്ഷാഭരിതനുമാണ്. ഈ കാഴ്ചപ്പാട് *മാവിൽ* വ്യക്തമാക്കുന്നു. 'എല്ലാം കൊടുത്തുമുടിഞ്ഞ മാവ്' പിന്നെയും തല പൊക്കി നോക്കുന്നു. സ്വാർത്ഥത്തിന്റെ മരുഭൂമിയിൽ സാത്വിക നിഷ്കാമ കർമ്മത്തിന്റെ വിത്തിടുന്നത് കൊടുത്തുമുടിഞ്ഞ മാവാണ്. അത് മുളക്കും. വിശ്വപ്രേമത്തിന്റെ സ്തുതിഗീതം പാടാൻ, 'വാനിൻ മഹിമ മറക്കാതെ വിശ്വപ്രേമ നിലാവൊളി വിരിയും ഗാനം' പാടാൻ പുതിയ പഞ്ചവർണ്ണക്കിളി വരുമെന്ന് കവി പ്രതീക്ഷിക്കുന്നു.

ഒറ്റവയറ്റിലുറങ്ങീ തുമ്പേ, താരകവും നീയും,
മുക്കുറ്റിപ്പൂ - വറിയാം സൂര്യനു പൊന്നനുജൻ തന്നെ
നിങ്ങൾ വരുമ്പോളേതോ പൂർവ്വ സ്മരണകളുയരുന്നു
തേൻ പുരളുന്നൊരു നോവാൽ നനയും കണ്ണുകളടയുന്നു.
(പൂവിളി/വെളിച്ചത്തിന്റെ കളി)

പ്രകൃതിവൈവിധ്യം

പ്രകൃതിയുടെ വൈവിധ്യം നിറഞ്ഞ സൗന്ദര്യം പി കവിതയിലുടനീളം അനാവൃതമാകുന്നു. *പൂക്കളം* എന്ന സമാഹാരത്തിൽ മാത്രം അമ്പതിലേറെ പൂവുകളേയും അത്രതന്നെ ചെറുജീവികൾ, കീടങ്ങൾ, മറ്റു ജന്തുക്കൾ എന്നിവയെയും പേരെടുത്തു പരാമർശിക്കുന്നുണ്ട്. ഇറക്കുമതി ചെയ്യുന്ന ഏതാനും ഇനം പൂവുകളാൽ പൂക്കളം തീർക്കുന്ന ഇക്കാലത്ത് നമ്മുടെ തൊടികൾ എത്രയോ ഇനം പൂവുകളാലും ജീവിലോകത്താലും സമ്പന്നമായിരുന്നു എന്നു തെളിയിക്കുന്ന ചരിത്രരേഖകളെന്ന പ്രാധാന്യം പി കവിതയ്ക്ക് കൈവരുന്നു. പൂവുകളുടെ ലോകത്ത് നിസ്സാരമായ *പയിറ്റടി* പൂവിനെക്കുറിച്ചും, മുരിങ്ങമലരുകളെക്കുറിച്ച് *പ്രണയപരാഗ*ത്തിലും സൂചനകളുണ്ട്.

*നീരാഞ്ജന*ത്തിലെ *ഇരുപത്തിനാല്* കവിതകളിലും പ്രകൃതിയുടെ വർണശബളമായ ദൃശ്യാനുഭവമാണ്. പി യുടെ മിക്കവാറും എല്ലാ കവിതയുടെയും തുടക്കം പ്രകൃതിയുടെ പശ്ചാത്തലം ഒരുക്കിക്കൊണ്ടാണ്. *പടിയെവിടെ*യിൽ ആദ്യത്തെ എഴുപത്തിരണ്ട് വരികൾ പ്രകൃതിവർണ്ണനയാണ്. പുൽക്കൊടി മുതൽ നക്ഷത്രങ്ങൾ വരെ, പ്രപഞ്ചം നിർദ്ദേശിച്ച ജോലി മുടക്കമില്ലാതെ ചെയ്തു തീർക്കുന്നതായി കവി പറയുന്നു.

പ്രകൃതിയുടെ കേവലസൗന്ദര്യത്തോടൊപ്പം സാമൂഹ്യവിമർശനവും ഈ വർണ്ണനകളിൽ നിലീനമാണ്. 'കുടിക്കാൻ കഞ്ഞിയില്ലാത്ത കുന്നുകൾക്ക് സുഭിക്ഷമായി, ഉടുക്കാൻ തുണിയില്ലാത്ത പുഴകൾക്ക് സാരിയായി' എല്ലാവർക്കും കൊടുത്തുകൊണ്ട്, ആരും വിളിക്കാതെ വരുന്ന മഴ (*കാലവർഷമേ നന്ദി*) വനവൃക്ഷങ്ങൾ വെട്ടിത്തള്ളുന്ന ഉന്മത്ത പരിഷ്കാരത്തിന്റെ വിഷഫലമായി പിണങ്ങി വഴി മാറിപ്പോയതായി (*കാലവർഷം*) ആശങ്കയോടെ കവി മുന്നറിയിപ്പ് തരുന്നു. പ്രകൃതിയിലെ വൈചിത്ര്യങ്ങളെയും വൈവിധ്യങ്ങളെയും ഏകതാനമാക്കിത്തീർക്കുന്ന ദർശനത്തിന്റെ സാരാംശമാണ് *പ്രപഞ്ചം* ഉൾക്കൊള്ളുന്നത്.

പ്രകൃതിയാകെയും ചാർച്ചക്കാർ

മനുഷ്യനും പ്രകൃതിയും തമ്മിലുള്ള നാഭീനാളബന്ധം വെളിപ്പെടുത്തുന്ന ധാരാളം സൂചനകൾ പി കവിതയിലെ ബിംബങ്ങളിൽനിന്നും ലഭിക്കുന്നു.

'വ്യോമക്കറമ്പിപ്പശുവിൻ മുല കുടിക്കുന്ന കുട്ടിയായ മല, കുനിഞ്ഞു കളപറിക്കുന്ന നാടൻപെണ്ണ്, മലർത്തിവച്ച നാടൻകുട പോലുള്ള കുന്ന്, തേനീച്ചകളെ വളർത്തുന്ന മുകിലുകൾ, വെൺമുകിലെന്ന പരുത്തി നന്നായി പൂത്ത വാനം, മിന്നൽ ചവച്ച് നേരിയ നൂൽ കോർക്കുന്ന വർഷം, ചെമ്പകപ്പൂമലർപ്പൊൻ വെയിൽ, പുഴയുടെ തീർത്ഥമായൊഴുകുന്ന കുളിർക്കാറ്റ്, പൂഞ്ചിറക്കണ്ണാടിയിൽ അഴകു നോക്കുന്ന ഗ്രാമം, നേരിയ വെള്ളഞൊറി ധരിച്ച താരകന്യകൾ, വെൺകുളിർ മണൽ ചിന്നുന്ന പാൽപ്പുഴ, പ്രിയതമയുടെ പാദന്യാസം കേട്ടുണരുന്ന സന്ധ്യകൾ, സ്വർണ്ണം കെട്ടിയ പുലരികൾ' - ഇങ്ങനെ എത്രയോ ബിംബങ്ങൾ (*പരിസ്ഥിതിക്കവിതയ്ക്ക് ഒരാമുഖം* - പി.പി.കെ.പൊതുവാൾ) മനുഷ്യ-പ്രകൃതി ബന്ധത്തെ വെളിപ്പെടുത്തുന്നു. ജീവിയവും അജീവിയവുമായ ഘടകങ്ങൾ തമ്മിലുള്ള ഈ പാരസ്പര്യത്തെ കുറിച്ച് കവി പാടുന്നതു നോക്കുക.

മർത്ത്യനും മൃഗവുമീ വൃക്ഷവും നക്ഷത്രവും
പട്ടുനൂലൊന്നിൽ കോർക്കപ്പെട്ടുള്ള മണികളാം
ക്ഷിപ്രമിച്ചരാചരമൊന്നായിത്തളർന്നു പോ-
മിപ്രപഞ്ചത്തിൻ ചോര ഞരമ്പൊന്നറുക്കുകിൽ!

പ്രകൃതിയെ പ്രകീർത്തിച്ചു സഞ്ചരിക്കുന്ന ഏകാകിയായ യാത്രക്കാരനല്ല പി. തന്റെ ചാർച്ചക്കാരായ, ചേതനാചേതനങ്ങളായ എല്ലാറ്റിനോടും കൂട്ടുകൂടിയാണ് കവിയുടെ സഞ്ചാരം. കവിതയെഴുത്ത് സുഖമാണോ എന്ന് പനിനീർമൊട്ടിനോടും ധനുമാസക്കുയിലിനോടും ചന്ദ്രോത്സവത്തിലെ കടലിനോടും ചോദിക്കുവാൻ കഴിയുന്നത് (*പി.കുഞ്ഞിരാമൻ നായർ: ഒരു സംഭാഷണം*-അക്കിത്തം) ഇക്കവിക്ക് മാത്രമാണ്. 'യാതനാ ദുർഗ്ഗങ്ങളേറുവാനാകാത്ത യാത്രയിൽ കൂട്ടുകാരി'യായി ചെന്താമരപ്പൂവിനെ കൂടെ ചേർത്തു നിർത്താൻ കഴിയുന്ന കവിയുടെ ചാർച്ചക്കാർ കാശിത്തുമ്പയും മുക്കുറ്റിയും മറ്റുമാണ്.

കാടു വെട്ടിയ വഴി-
യോരത്തു നിന്നാരെയോ
കാത്തുനിൽക്കുമീക്കാശി-
ത്തുമ്പകൾ മുക്കുറ്റികൾ
മരിച്ചാൽപ്പുലയുള്ള
ചാർച്ചക്കാരിവർ....

സകല ചരാചരങ്ങളെയും പി ഉറ്റബന്ധുക്കളായി കാണുന്നു. അവയോട് കൂടപ്പിറപ്പായി സല്ലപിക്കുന്നതാണ് അദ്ദേഹത്തിന്റെ കാവ്യശൈലി.

നാണിച്ചോ നീ നില്പൂ പടിക്കൽ
വരികെൻ പൂത്തുമ്പേ
കാണിച്ചാലും പുത്തൻ കമ്മൽ
മുക്കുറ്റിപ്പൂവേ
വരികെൻ പൈങ്കിളീ പുത്തരിയുണ്ണാ-
നൊപ്പമിരുന്നപ്പോൾ
പരിഭവമെന്തേ കെട്ടിയ വെൺമണി
കൂടെപ്പോന്നില്ലേ? (*പുല്ലുമാടത്തിന്റെ പാട്ട്*)

പ്രകൃതിയുടെയും മനുഷ്യന്റെയും ലോകം മിളനം ചെയ്യുന്ന ഈ സമീക്ഷ *അക്ഷരകന്യക* തുടങ്ങിയ നിരവധി കവിതകളിൽ കാണാം. ഈ ബന്ധതീവ്രതയിൽ നിന്ന് കവി ഉൾക്കൊണ്ട നോട്ടങ്ങളാണ് ആ കവിതകളിൽ നിറഞ്ഞിരിക്കുന്നത്.

ജീവിവർഗ്ഗത്തോടുള്ള പ്രേമം

ജീവിവർഗ്ഗങ്ങളുടെ വിനാശമോർത്തും പി വികാരം കൊണ്ടു. അതിനു കാരണമായവരെ ശകാരിച്ചു. ജന്തുഹിംസ പരിസ്ഥിതി സന്തുലനം തകർത്ത് ജീവനെ നിരാധാരമാക്കുമെന്ന് പി കരുതിയിരുന്നു. ഇതര ജീവികളോടുള്ള സ്നേഹത്തെ അഗാധമായ ജൈവധാരയായി പ്രവഹിപ്പിക്കുന്നതാണ് പി കവിത. മൂകജീവികളുടെ വേദന കേൾക്കണമെങ്കിൽ അതിനുള്ള ഹൃദയവിശാലതയും മനസ്സും വേണമെന്നാണ് ആ കവിതകൾ ആവശ്യപ്പെടുന്നത്.

ഹാ ചതുഷ്പദവർഗ മൂകവേദനയോരാ-
നായിരം ബുദ്ധന്മാർ തൻ കരളുണ്ടായാൽ പോരാ!

ഇക്കവിയുടെ ഹൃദയസ്പന്ദനം സർവജീവികളുടെയും ഹൃദയസ്പന്ദനമാണ്. അത് അകൃത്രിമമാണ്, ആത്മാർത്ഥമാണ്. താൻ ഓമനിച്ചു വളർത്തിയ കാളക്കുട്ടനെ ഗതികേടുകൊണ്ട് വിറ്റു. ഇറച്ചിക്കമ്പോളത്തിലേക്ക് വലിച്ചു കൊണ്ടുപോകുമ്പോഴുള്ള മണിക്കുട്ടന്റെ നിലവിളി കവിയിൽനിന്ന് മറ്റൊരു നിലവിളിയായി ഉയരുന്നു.

കഞ്ഞിവെള്ളത്തിനായ് ഞാൻ കുഞ്ഞിനെ വില്ക്കും കാഴ്ച
കണ്ടിട്ടുമിളകാത്തൊരീ ലോകം തകരട്ടെ.

(*അറ്റകൈ*)

പശുവിന്റെ പാൽ അവസാനത്തെ തുള്ളി വരെ മനുഷ്യൻ കറന്നെടുക്കുന്നു. പശുക്കിടാവ് പട്ടിണി കിടക്കുന്നു. അതിന്റെ ജഡം കണ്ടപ്പോൾ കവി തളർന്നുപോയി. മൂകജീവികളുടെ നേരെപോലും കൂർപ്പിച്ചുവച്ച സ്നേഹത്തിന്റെ ജൈവബോധത്താൽ ഇത് ശരിയാണോ എന്ന് മാനവരോട് കവി വിളിച്ചുചോദിക്കുന്നു. ഇതരജീവികളോടുള്ള മനുഷ്യരുടെ ക്രൂരത കണ്ട് കവി വേദനിക്കുന്നു.

തന്നോടൊപ്പം വയലിൽ ക്ലേശിച്ച് പണിയെടുത്ത കാളകളോട്

നീതി കാണിക്കാത്തവരോടുള്ള രോഷമാണ് *ഉഴവുകാളകൾ*. പിയുടെ സഹജീവി പ്രേമത്തിന്റെ മറ്റൊരു ഭവ്യചിത്രമാണ് *കാളകൾ*. ഭാരം വലിച്ച്, ചാട്ടയടിയേൽക്കുന്ന വണ്ടിക്കാള കവിയെ വേദനിപ്പിക്കുന്നു. മാനംകെട്ട ജീവിത്തെക്കാൾ മരണത്തെ കാംക്ഷിക്കുന്നവരായി വണ്ടിക്കാളകളുടെ ദുരന്തചിത്രം ഈ കവിതയിൽ വരച്ചിടുന്നു. *ചന്തക്കിളി* തുടങ്ങിയ കവിതകളും മറ്റു ജീവികളോട് കാണിക്കുന്ന ക്രൂരതയ്ക്കെതിരെ പ്രതിഷേധ സ്വരം കനപ്പിക്കുന്നു.

കടൽനായാട്ടിൽ തന്റെ ആദർശത്തെ ജൈവനൈതികതയുടെ പരകോടിയിലേക്ക് പി ഉയർത്തുന്നു. കടലോരത്ത് പിടഞ്ഞുമരിക്കുന്ന മത്സ്യങ്ങൾ കവിയോട് ചോദിച്ചു:

'താനൊരു കവിയാണോ? ആണെങ്കിൽ ആ മരണവേദന പകർത്തിവെക്കൂ'. കവി മനസ്സ് ഇരമ്പി.

> കൊച്ചുകിടാങ്ങളൊക്കൊന്നു തിന്നും
> ക്ഷുദ്രമീ വേട്ട നിറുത്തി നിങ്ങൾ,
> കൈക്കൊൾവിൻ നാളെപ്പുലരും കാലെ
> കൈകളിൽ തൂമ്പ, കലപ്പകളെ!
> നിർദ്ദയമിത്തൊഴിലേതു ധർമ്മം
> നിർത്തുക നിർത്തുകീ ഘോരകർമ്മം

മത്സ്യബന്ധനം പാപകർമ്മമാണെന്നാണ് കവിയുടെ പക്ഷം. തൊഴിലിന്റെ, വയറിന്റെ പേരിൽ ജൈവനീതിയെ കൊല്ലുന്നത് ഏതാദർശമെന്നാണ് കവിയുടെ ചോദ്യം. പട്ടിണി അനുഭവിക്കുന്നവന് ആദർശം അരോചകമായിരിക്കാം. എന്നാൽ വയറിനുവേണ്ടി മനസ്സിനെ കൊല്ലുന്നതോ അതിലും അരോചകം. അതുകൊണ്ട് ഉപജീവനത്തിനായി തൂമ്പ, കലപ്പകളെ കൈകളിലെടുക്കൂ എന്നാണ് കവിയുടെ ഉപദേശം.

മനുഷ്യന്റെ തൊഴിൽ, ഉപജീവനം, വരുമാനം, നിലനിൽപ്പ് എന്നൊക്കെയൊള്ള 'ന്യായ'ത്തിന്റെ പേരിൽ ജൈവനീതിയെ നിഷേധിക്കുന്നതും നിരസിക്കുന്നതും പ്രപഞ്ചത്തിന്റെയാകെ കുരുതിക്കളം തീർക്കലാണെന്ന് പി കവിത ഓർമ്മിപ്പിക്കുന്നു.

കുഞ്ഞുറുമ്പു മുതൽ പൊണ്ണനാന വരെ ചെറുതും വലുതുമായ എല്ലാ ജീവികളും പി കവിതയിൽ ഇടം പിടിച്ചിട്ടുണ്ട്. വംശനാശം സംഭവിക്കുന്ന ജീവികളെക്കുറിച്ച് പഠിക്കുന്നവർക്ക് അത് പ്രയോജനപ്പെടും.

ഇന്ന് കുറ്റിയറ്റു പോയതുൾപ്പെടെ ഇരുപതോളം മീനുകളെക്കുറിച്ച് *പൂക്കള*ത്തിൽ പറയുന്നുണ്ട്. പക്ഷികളും പ്രാണികളും മുതൽ കഴുകൻ വരെയുള്ളവയുടെ 'സംഗീതം' പി കവിതയെ മുഖരിതമാക്കുന്നു. എന്നാൽ പുതിയ കാലത്തിന്റെ ലോഭാഗ്നിയിൽ ജീവിപ്രേമം വെന്തെരിഞ്ഞതുമൂലം,

കാക്കയി,ല്ലണ്ണാർക്കണ്ണനുമില്ല, മാന്തണൽ പറ്റി-
യാർക്കുന്ന ചുണപ്പാട്ടിൻ പൂപ്പൈതങ്ങളുമില്ല.

....

ചോർത്തി പാൽ, വെള്ളച്ചോര, തീറ്റയറ്റെല്ലും തോലും
മാത്രമായ് നിൽക്കും മുത്തിപ്പശുക്കൾ കുഗ്രാമങ്ങൾ.

ജൈവനീതിയും വികസനവും

കൊളോണിയൽ ആധുനികത മുതലുള്ള വികസനസങ്കല്പം വിനാശത്തിലേക്കാണെന്നു വിളിച്ചുപറയുന്നുണ്ട് ജൈവനീതി ദർശനം. പുരോഗതി കൈവരിക്കാനായാൽ ജനക്ഷേമം സാധ്യമാകുമെന്ന ധാരണ പരത്തി മനുഷ്യരെ വഞ്ചിക്കുന്നതാണ് ഈ വികസന കാഴ്ചപ്പാട്. നിലനിൽക്കുന്ന സാമൂഹിക വ്യവസ്ഥയിൽ, വികസനത്തെയും പുരോഗതിയെയും കുറിച്ചുള്ള ധാരണകൾ പ്രകൃതിവിഭവങ്ങളെ ധൂർത്തടിക്കുന്നതും ആർത്തി ഇരട്ടിപ്പിക്കുന്നതും മനുഷ്യരെ അന്യവൽക്കരിക്കുന്നതുമാണ്. ജനവിരുദ്ധ വികസന പദ്ധതികളെ ജൈവനീതി ദർശനം നിരസിക്കുന്നു. സാമൂഹികനീതിയിലും ഹരിതബോധത്തിലും ലാളിത്യത്തിലും സൗഹൃദത്തിലും അധിഷ്ഠിതമാകണം വികസനസങ്കല്പം.

ആധുനിക വികസനസങ്കല്പത്തിന്റെ വിനാശഫലങ്ങളെ അന്നുതന്നെ തിരിച്ചറിയുകയും എതിർത്തുപോരുകയും ചെയ്തയാളാണ് പി. 'കാടും മരവും പച്ചത്തലപ്പുമെല്ലാം വെട്ടിമാറ്റി, വീട്ടിൻമുറ്റത്തെ ടെറസ്സിൽ വച്ച ശീമച്ചെടി നോക്കി പങ്കയ്ക്കരികിലിരിക്കുന്ന പുതിയ മനുഷ്യൻ ആ പങ്ക തിരിക്കാൻ കറന്റില്ലാതെ, വിദ്യുച്ഛക്തി നിർമ്മിക്കുവാൻ വെള്ളമില്ലാതെ, ദാഹം തീർക്കാൻ നീരുറവ കാണാതെ, വിയർത്തൊലിച്ചു ശ്വാസം മുട്ടി പുറപ്പെടുവിക്കുന്ന ദീർഘനിശ്വാസങ്ങൾ' (*മരണമില്ലാത്ത കവിത*, അവതാരിക-*താമരത്തോണി*) പി കവിതയിലെമ്പാടും ഉയർന്നുകേൾക്കാം. ഉപഭോഗപരതയിലും അധിനിവേശസംസ്കാരത്തിലും ഊന്നിയ വികസനസങ്കല്പത്തെ പി പാടെ നിരാകരിക്കുന്നു.

വികസനം ആർക്കുവേണ്ടി?

'പുരോഗതി'യുടെ മലവെള്ളപ്പാച്ചിലിൽ ജൈവനീതിയുടെ

താളം തകരുന്നതിന്റെ അപായസൂചന പി കവിത നൽകുന്നുണ്ട്. കണവനുപേക്ഷിച്ചു വിളറിയ മങ്കയെപ്പോലെ നിൽക്കുന്ന വനസ്ഥലി, പെറ്റമ്മയില്ലാത്ത പെൺകിടാവിനെപ്പോലെ പുഞ്ചനിലം, കശാപ്പിനൊരുക്കി നിർത്തിയ കാളകളെ അനുസ്മരിപ്പിക്കുന്ന 'ബന്ധിച്ചകം വെന്ത' കുന്നുകൾ, മനംനൊന്ത ചെന്തെങ്ങുകൾ, പൊട്ടിപ്പൊളിഞ്ഞൊരുണക്കിലകൊണ്ട് പാടാട മാത്രം ചൂടിയ വാഴകൾ, മൂർച്ഛിച്ചുകിടക്കുന്ന വെറ്റിലക്കൊടികൾ, നാമ്പു പിരിഞ്ഞു ചുരുങ്ങിയ വാഴകൾ, കൂമ്പു കരിഞ്ഞ തേന്മാവുകൾ, കമ്പി തകർന്നൊരു നന്തുടിയായി കിടക്കുന്ന നാട്ടിൻപുറം - 'വികസന'മെന്ന ഉത്സവത്തിനു ശേഷം അവശേഷിക്കുന്ന ഈ കാഴ്ചകളാണ് പി കവിത മുന്നിലേക്കു വയ്ക്കുന്നത്. മനുഷ്യന്റെയും പ്രകൃതിയുടെയും സമഗ്രതയ്ക്കും സർഗ്ഗാത്മകതയ്ക്കും ക്ഷതമേൽപ്പിച്ച വികസന നയത്തെ കവി നിശിതമായി വിമർശിക്കുന്നു.

ഹന്ത! വെൺമഴുവിന്റെ കടിയേറ്റുണങ്ങിപ്പോയ്
പന്തൽപൊക്കിയ കൂറ്റൻ മാമരനിരയെല്ലാം....
കാലികളുടെ മേച്ചിൽപ്പറമ്പിൽ ദുരയുടെ
വേലിമുള്ളുകൾ സ്വേച്ഛാഭരണം നടത്തുന്നു....
വ്യോമത്തിൽ കൊടി നാട്ടിയലറുന്നിതു നീളേ
മാമരങ്ങൾ തൻ ശവപ്പെട്ടികൾ നീങ്ങും ഘോഷം...

(*ഗാന്ധിഗ്രാമം- അതെവിടെ*)

പട്ടണപ്പകിട്ടിന്റെയും പുതുനാഗരികതയുടേയും വികസനത്തിനെതിരെ കവി മനസ്സ് കാത്തുപോരുന്നത് ജൈവനൈതികതയാണ്. വ്യവാസായം - നഗരം എന്നതിനു പകരം കൃഷി - നാട്ടിൻപുറം എന്നതിലാണ് പി പുരോഗതി കാംക്ഷിക്കുന്നത്. എന്നാൽ നാഗരിക വികസനത്തിന്റെ കച്ചവടക്കണ്ണ് സാമ്പത്തികമായും സാംസ്കാരികമായും ഗ്രാമജീവിതത്തെ ചൂഷണം ചെയ്യുകയാണെന്നും അതിന്റെ കരിനിഴൽ പരക്കുകയാണെന്നും (അതേ കവിതയിൽ) പി നിരീക്ഷിക്കുന്നു.

പാവമണ്ണാർക്കണ്ണൻ നുണച്ചു നോക്കിനിൽക്കെ
തീവണ്ടി കേറിച്ചാടിപ്പോകുന്നു ഫലവർഗ്ഗം
ഗ്രാമത്തിന്റെ പൈതങ്ങളെക്കാണാതെ ശീമയ്ക്കുള്ള
കപ്പലിൽ കേറിക്കൂടിപ്പോകയാം കശുവണ്ടി

നാടിന്റെ ആവശ്യങ്ങളെ പരിഗണിക്കാത്ത വികസനം നാട്ടു

കാരുടെ ജന്മസിദ്ധമായ അവകാശങ്ങളെയും നിഷേധിക്കുകയാണ്. ഉല്പാദിപ്പിച്ച നാട്ടിൻപുറത്തെ ഉണ്ണികൾ കാണുംമുമ്പ് 'ഋതുഫലങ്ങളെ തോട്ടത്തിൻ കരാറുകാർ ബലാൽ വണ്ടി കേറ്റുകയാണ്.' വികസനം ആർക്കുവേണ്ടി എന്ന രാഷ്ട്രീയചോദ്യമാണ് പി കവിതയിൽ മുഴങ്ങുന്നത്.

ആരിയൻ പൊൻവയലൊക്കെയും കൊങ്ങന്റെ
മോതിരമിട്ട കരങ്ങളിൽ ചോർന്നുപോയ്
ഗോക്കൾ മേയുന്നൊരു പൂരപ്പറമ്പിന്നു
തീപ്പെട്ടി നിർമ്മാണശാലതൻ വായിലായ്

കെട്ടിയേൽപ്പിക്കപ്പെടുന്ന 'വികസനം' സൃഷ്ടിക്കുന്ന നഷ്ടബോധത്തിന്റെ നിലയ്ക്കാത്ത രോദനമാണ് പി യുടെ ഒട്ടേറെ കവിതകൾ. കാർഷികവികസനത്തിന്റെ പേരിലാണ് അണക്കെട്ടുകൾ നിർമ്മിച്ചത്. കർഷകപ്രേമിയായ പി അണക്കെട്ട് എന്ന വികസനതന്ത്രത്തോടുതന്നെ മുഖം തിരിക്കുന്നു.

അണക്കെട്ടുകളാൽ വീർപ്പുമുട്ടിച്ചു ദേവഗംഗയെ
തുറക്കൂ വാതിൽ, കേഴുന്നു വരണ്ട കൃഷിഭൂമികൾ
തന്ത്രി പൊട്ടിയ പൊൻമണിവീണയായ നദീകുലം
കേണൂ, കൈ വിടുവിൻ പോട്ടെ കുഞ്ഞിനു മുല നൽകുവാൻ

(*നിലാവേ വരൂ*)

ആയിരം കവിതയിൽ ഒടുങ്ങാത്ത രോഷം

ഈ ആധുനികവികസനത്തിന്റെ അനന്തരഫലം വൈകല്യാവസ്ഥയായിരിക്കുമെന്ന് പി പ്രവചിക്കുന്നുണ്ട്. പാശ്ചാത്യമായ വികസന പദ്ധതികളെയും ആസൂത്രണസമീപനത്തെയും അദ്ദേഹം വിമർശിച്ചു. കടമെടുത്ത ആസൂത്രണപദ്ധതിയുടെ പോരായ്മ കവിതയിൽ തന്നെ ചൂണ്ടിക്കാണിച്ചിട്ടുണ്ട്.

വെള്ളമില്ലാത്ത പൈപ്പിൻ
ചോട്ടിൽ ഗ്രാമങ്ങൾ നിൽക്കയാം
അണക്കെട്ടുകൾ മേല്പോട്ടു
നോക്കിച്ചിന്തിച്ചു നിൽക്കയാം
അവർക്കു മുത്തം നൽകുന്ന
പഞ്ചവത്സരപദ്ധതി.

(*കവിയുടെ കണ്ണുനീർ*)

ഇന്നും പ്രസക്തമാണ് ആ വിമർശനം. പരാശ്രയാധിഷ്ഠിതമായ വികസനസമീപനത്തിന്റെ പൊള്ളത്തരം അദ്ദേഹം തുറന്നു കാട്ടുന്നു.

താൻതാൻ നേടിയിരുന്നുണ്ട
തറവാട് മുടിഞ്ഞുപോയ്
വിരുന്നൂണും കഴിഞ്ഞിപ്പോ-
ളിരന്നൂണിനു ചിന്തയായ്!
ഐശ്വര്യങ്ങൾ വിതച്ചിന്ന്
ദാരിദ്ര്യം കൊയ്തു പദ്ധതി
(*കാലവർഷമേ നന്ദി!*)

നാടിന്റെ ജൈവനീതിയുടെ സ്വാഭാവികതകളെ പരിഗണിക്കാതെയുള്ള വികസനത്തോട് കടുത്ത എതിർപ്പ് പി കവിത പ്രകടിപ്പിക്കുന്നു. ഈ വിയോജിപ്പ് ഭൂതകാലപൂജയോടുള്ള അഭിനിവേശമല്ല. പരമ്പരാഗതതൊഴിലിനും ഉപജീവനമാർഗ്ഗങ്ങൾക്കും പ്രകൃതിയുടെ ലയത്തിനും കൂടി പരിഗണനയും സുരക്ഷയും നൽകുന്നതാകണം പുരോഗതി എന്ന വികസനപരിപ്രേക്ഷ്യമാണ്. അധികാരം കൈയാളുന്നവർക്ക് ആ വിവേകം ഇല്ലാതെ പോകുന്നതിലുള്ള രോഷമാണ് പി കവിതയിലുള്ളത്.

കൈമെയ് പുണർന്നു മലരുതിരും
മാമരത്തോപ്പുകളെങ്ങുപോയി?
പൊൻ കതിരുണ്ടു പുലർന്നൊരോമൽ
പൈങ്കിളിക്കൂട്ടങ്ങളെങ്ങുപോയി?
സല്ലീലമോമനക്കാറ്റു നൂഴും
വല്ലിനികുഞ്ജങ്ങളെങ്ങുപോയി?
കന്നാലി മേയും ഹരിതചിത്ര-
സുന്ദരമൈതാനമെങ്ങുപോയി?

ഇത് കേവലം ചോദ്യങ്ങളല്ല. അന്യവൽക്കരണം സൃഷ്ടിക്കുന്ന വികസനസംസ്കാരം കവിയിലുണർത്തുന്ന ആശങ്കയും, തന്റെ നിലപാട് തറയും വരച്ചുകാട്ടുന്നതാണ്. 'ആയിരം കവിത എഴുതിയിട്ടും' ഈ വികസന സംസ്കാരത്തോടുള്ള പ്രതിഷേധവും ധാർമ്മിക രോഷവും അവശേഷിക്കുന്നു.

കരയിലും കടലിലും ആകാശത്തും അവന്റെ ഹിംസ
ബുദ്ധി – പൈശാചിക ക്രൂരത പത്തി വിരുത്തി പാമ്പാ

യി ചീറിപ്പായുന്നു. ചില പ്രത്യേക കഴിവുകളുള്ള ഈ ജന്തുവിന്റെ പരാക്രമത്തിൽ സസ്യങ്ങൾക്കും വന്യജീവികൾക്കും ആകാശത്തിനും ആകാശചാരികൾക്കും പൊറുതി കിട്ടില്ല. വനവർഗ്ഗവും മൃഗവർഗ്ഗവും പക്ഷിവർഗ്ഗവും വൃക്ഷവർഗ്ഗവും കാണക്കാണെ ഒടുങ്ങുന്നു. കടൽ, പുഴ, പാറക്കെട്ട്, മണ്ണ് - ഇവയ്ക്കും രക്ഷയില്ല. തലോടാൻ നൽകിയ കൈകൊണ്ട് അവൻ സർവ്വത്തേയും തല്ലിത്തകർക്കുന്നു.

(ചളിക്കുളവും താമരപ്പൂവും)

യന്ത്രസംസ്കാരവും കാർഷികസംസ്കൃതിയും

മനുഷ്യസമൂഹത്തിന്റെ പരിണാമചരിത്രത്തിൽ കൃഷിവിദ്യ പഠിക്കുകയും അതിന്റേതായ ആവാസവ്യവസ്ഥ രൂപപ്പെടുത്തിയതും നിർണ്ണായകഘട്ടമാണ്. കൃഷിയുമായി ബന്ധപ്പെട്ട സാമൂഹികജീവിതമുണ്ടായതും അറിവ് വളർന്നതും സംസ്കാരം വികസിച്ചതും പ്രധാന മാറ്റങ്ങളാണ്. മണ്ണിനെ അറിഞ്ഞതിലൂടെയാണ് മനുഷ്യൻ പരിസ്ഥിതിയെയും വ്യവസ്ഥിതിയെയും അറിഞ്ഞത്. സംസ്കാരത്തിന്റെ പിള്ളത്തൊട്ടിലിലായി കാർഷികസംസ്കൃതി നിലകൊണ്ടു. ഇതിനു ഭീഷണിയാണ് അധിനിവേശത്തിന്റെ സംഭാവനയായ യന്ത്രസംസ്കാരം. ജൈവനീതിദർശനം അതിനെ നിരാകരിക്കുന്നു. പ്രകൃതിയുടെ നൈസർഗ്ഗികതാളം നശിപ്പിക്കുന്ന യന്ത്രസംസ്കാരത്തെ പി അംഗീകരിക്കുന്നില്ല. ഇരുപതാം നൂറ്റാണ്ടിലെ രക്തരക്ഷസ്സായാണ് അദ്ദേഹം യന്ത്രസംസ്കാരത്തെ വിശേഷിപ്പിക്കുന്നത്.

മനുഷ്യജീവിതത്തെ ധന്യവും ആർദ്രവുമാക്കുന്ന നന്മകളുടെ തിരോധാനത്തെക്കുറിച്ചുള്ള ഭീതിയിൽ നിന്നാണ് യന്ത്രസംസ്കാരത്തിന്റെ നിരാകരണമെന്ന ആശയം ശക്തിപ്പെടുന്നത്. യന്ത്രപരിഷ്കാരം കൊണ്ട് മനുഷ്യൻ 'ലോകത്തെ ചക്രത്തിൽ ഘടിപ്പിച്ചു. ആയിരം കാതം ദൂരം വെറും ഒരിഞ്ചു ദൂരമാക്കി മാറ്റി. എന്നാൽ ഒരിഞ്ചു ദൂരെയുള്ള സഹോദരൻ ആയിരം കാതം ദൂരെയായി. ഈ ഭയങ്കര രാക്ഷസി, അവൾ സ്നേഹത്തിന്റെ ദേവദൂതിയല്ല. സേവനത്തിന്റെ നാട്ടുകാരിയല്ല. അവൾ കാലെടുത്തുവെച്ച ആ ദിവസം മനുഷ്യത്വത്തിന്റെ തറവാട്ടിൽ അന്തഃഛിദ്രത്തിന്റെ 'യന്ത്ര

ലേഖ' കുഴിച്ചിടപ്പെട്ടു. അവൾ മനുഷ്യനെ പണക്കാരനാക്കി എന്നത് ശരിതന്നെ. അവനെല്ലാം ഉണ്ട്. എന്നാൽ ഒന്നില്ല, മനുഷ്യത്വം.' പ്രകൃതിമാതാവിന്റെ ഓമനമകനായ മനുഷ്യത്വത്തെ നിർദ്ദയം വധിച്ച് പിന്നീട് പശ്ചാത്തപിച്ച കഥ *പ്രേമോപാസന*യിൽ പി പറയുന്നുണ്ട്. പി യന്ത്രസംസ്കാരത്തിന്റെ ശത്രുവാണ്. യന്ത്രനാഗരികതയെയും 'വികസനം' എന്ന പേരിൽ നടത്തുന്ന വിധ്വംസക പ്രവർത്തനങ്ങളെയും അദ്ദേഹം മുഖമടച്ച് വിമർശിച്ചു. 'ഈശനി അരുളിയ ഗാത്രയന്ത്രത്തേക്കാളു/മൈശ്വര്യം പൊലിക്കുന്ന യന്ത്രമേതുള്ളു മന്നിൽ' എന്നു ചോദിച്ച കവി യന്ത്രശാലകളും ശകടങ്ങളും അവ നടത്തുന്ന കൈയേറ്റങ്ങളും പ്രകൃതിയിൽ വിനാശം വിതയ്ക്കുന്നവയാണെന്ന് മുന്നറിയിപ്പ് തരുന്നു.

കാർഷിക കർമ്മവാദം

യന്ത്രസംസ്കാരത്തോടുള്ള പ്രതിരോധം കാർഷികസംസ്കൃതിയിലാണെന്ന് പി കവിത നിർദ്ദേശിക്കുന്നു. കർഷകന്റെ കർമ്മേന്ദ്രിയങ്ങൾ മണ്ണിൽ വിത്ത് നടുമ്പോൾ അവന്റെ മനസ്സ് വിണ്ണിൽ സംസ്കാരവിത്ത് നടുന്നു. നിർമ്മായവും നിഷ്കാമവും ആയ കർമ്മംവഴി അവൻ ജീവിതസാന്ത്വനം കണ്ടെത്തുന്നു. സംസ്കൃതിയുടെ പ്രതിപുരുഷൻ കർഷകനാണ്. പി യുടെ '*ഗ്രാമീണകന്യക*' (കവിത) ഈ കർഷകന്റെ കന്യകയത്രെ. കാർഷിക സംസ്കൃതി 'പരിഷ്കൃത' സംസ്കാരത്തിന് വഴി മാറുമ്പോൾ മനം നൊന്തു കേഴുന്ന ഗ്രാമീണകവിയാണ് അദ്ദേഹം. ആധുനിക യന്ത്രപരിഷ്കാരം ഉണർത്തിവിട്ട ധനദുർമോഹത്തിന് മറുമരുന്നാണ് പിയ്ക്ക് കാർഷികസംസ്കൃതി. പ്രകൃതിയോടിണങ്ങിയതും സ്വാഭാവികവും അകൃത്രിമവും നിറഞ്ഞ ജീവിതക്രമമായാണ് പരമ്പരാഗത ജീവിതത്തെ കവി കണ്ടത്. *മെക്കാളെയുടെ മകൾ* ഈ അവസ്ഥാവിശേഷത്തെ അവയുടെ സമഗ്രതയിൽ ആവിഷ്ക്കരിക്കുന്നു.

യന്ത്രസംസ്കാരത്തോട് ചിലർക്കുള്ള അതിമോഹത്തെ 'കർഷ കകവി' എന്നു സ്വയം വിശേഷിപ്പിക്കുന്ന പി കഠിനമായി വിമർശിക്കുന്നുണ്ട്. നഗരവും യന്ത്രസംസ്കാരവും ഗ്രാമങ്ങൾക്കുമേൽ ആധിപത്യം പുലർത്താത്ത ലോകം പി കവിതയിലെ സജീവ പ്രമേയമാണ്. യന്ത്രസംസ്കാരം കാർഷികവൃത്തിയെ വെറും തൊഴിലായി അധഃപതിപ്പിച്ചതിനെയും, മണ്ണിന്റെ വളക്കൂറും ആർദ്രതയും ഊറ്റി

യെടുത്തതിനെയും വിമർശിച്ചുകൊണ്ട് ദശകങ്ങൾക്കുമുമ്പ് പി എഴുതിയ വരികൾ വർത്തമാനത്തിലും അത്രയേറെ പ്രസക്തമായി നിലകൊള്ളുന്നു.

മനുഷ്യരുടെ ആത്മാവിഷ്കാരത്തെ ജ്വലിപ്പിക്കുന്ന 'കർമ്മവാദ' മാണ് കാർഷിക സംസ്കൃതിയിലൂടെ പി കവിത ഉയർത്തുന്നത്. '*കീർത്തിമുദ്ര*'യിലെ നായകനെ ഈ കർമ്മവാദത്തിന്റെ മാതൃകയായി അവതരിപ്പിക്കുന്നു. വയലിലിറങ്ങുന്നവരുടെയും കൈത്തൊഴിൽകൊണ്ട് ജീവിക്കുന്നവരുടെയും കിളിക്കൂടുമായി ഊരു ചുറ്റുന്നവരുടെയും പാഴ്മരച്ചുവട്ടിൽ നാൾ കഴിക്കുന്നവരുടെയും ശുദ്ധലഘുജീവിതം ധന്യമാണെന്ന് (*ധന്യജീവിതം*) കവി കരുതുന്നു. യന്ത്രസംസ്കാരത്തിന് നൽകുന്ന അമിതമായ ഊന്നൽ ഉപേക്ഷിച്ച്, കാർഷികസംസ്കൃതിക്കും കാർഷികത്തൊഴിലിനും പ്രാധാന്യം നൽകുന്ന വികസനനയം ആവിഷ്ക്കരിച്ചാൽ അധ്വാനം ഉല്ലാസകരമായ ജീവിതവൃത്തിയാണെന്ന് സമൂഹത്തെ പഠിപ്പിക്കാനാകുമെന്ന് പി കവിത പ്രതീക്ഷിക്കുന്നു.

'പറ്റിയ മഞ്ഞൾ നിറവുമായി പെറ്റു തളർന്നുകിടക്കുന്ന പാടങ്ങളെ'ക്കുറിച്ച് കവി പാടുന്നത് കാർഷിക സംസ്കൃതി തിരോഭവിക്കുന്നതിലുള്ള സങ്കടത്താലാണ്. *വിത്തറ്റ കൃഷി*ക്കാലത്തെ കർഷകരുടെ സങ്കടങ്ങളും ആവലാതികളും വിവിധ കവിതകളിൽ കേൾക്കാം. *കൃഷിക്കാരന്റെ പാട്ട്, മകരക്കൊയ്ത്ത്* തുടങ്ങിയവയിൽ യന്ത്രമനുഷ്യന്റെ നേരെയുള്ള തുളച്ചുകയറുന്ന ആക്ഷേപഹാസ്യം മുഴച്ചുനിൽക്കുന്നു. യന്ത്രസംസ്കാരത്തോട് ക്ഷോഭാകുലമായ കവിമനസ്സിന്റെ പൊട്ടിത്തെറി *ചിതറിയ ചിത്രങ്ങളിൽ* കാണാം. കവിയുടെ ഉള്ളിലെ വിഷാദവും വേദനയുമെല്ലാം സമാനമായ കവിതകളിൽ അക്ഷരരൂപം പൂണ്ടിട്ടുണ്ട്.

> അന്യസംസ്കാരങ്ങൾ തൻ വെണ്ണീറാൽ, വളങ്ങളാൽ
> സ്വന്തമാം വികാസത്തെപ്പാലൂട്ടും ശുഭഗ്രാമം
> എന്നുയിർത്തേല്ക്കും സത്യസമത്വസ്വാതന്ത്ര്യത്തിൻ
> സുന്ദരഗന്ധം പൊന്തും ശോഭനഗാന്ധിഗ്രാമം!
>
> (*ഗാന്ധിഗ്രാമം - അതെവിടെ?*)

കവിയുടെ രോഷം ഇങ്ങനെ നഷ്ടമൂല്യവിഷാദമായി സംക്രമിക്കുന്നു. യന്ത്രസംസ്കാരം ഏല്പിക്കുന്ന ക്ഷതം കവിയുടെ നെഞ്ചിലേൽക്കുന്ന മുറിവായാണ് അനുഭവപ്പെടുന്നത്. മനുഷ്യത്വം

വറ്റിയ സ്വാർത്ഥതയാൽ വധിക്കപ്പെട്ട കാർഷികസംസ്കൃതിയെന്ന ഓമനമകനെ പുണർന്ന് വിലപിക്കുന്ന പ്രകൃതിമാതാവിന്റെ ചിത്രം പി കവിതയിൽ എത്രയും കാണാം.

വെട്ടി നിലം പതിപ്പിച്ചതു നിൻകരം
ജ്യേഷ്ഠനെയല്ല; നിന്നമ്മയെത്തന്നെയാം
അല്ല നീയെൻ മുലയല്ല നുകർന്നതു;
മല്ലമ്മയല്ല ഞാൻ നിർഭാഗ്യവന്ധ്യയാം.

(*പ്രേമപൂജ*)

നഗരസുഖങ്ങളുടെ വിത്തുകൾ മുളക്കുന്നത് ഗ്രാമത്തിലെ കർഷകമണ്ണിലാണ്. എന്നാൽ യന്ത്രസംസ്കാരം ഈ കർഷകരെ നിസ്സാരരായി തള്ളിക്കളയുന്നു. കാലുറയിട്ട സഹോദരൻ ഭൂതധാത്രിയെ ചവിട്ടിമെതിച്ച് മുറിവേൽപ്പിക്കുമ്പോൾ, ആ മുറിവ് വെച്ചുകെട്ടുന്നത് ചളിയിൽ കാളകളോടൊപ്പം കരി പിടിച്ച് നഗ്നപാദരായി നടക്കുന്ന കർഷകസഹോദരനാണ്. കൂട്ടുചേരലിന്റെ താളക്കൊഴുപ്പുള്ള കർഷകവൃത്തിയിലാണ് കവി ഹൃദയം ലയിക്കുന്നത്.

ശാസ്ത്രം രക്ഷകനോ?

ജൈവനീതിയുടെ സന്തുലിതാവസ്ഥയെ തകിടം മറിക്കുന്ന ശാസ്ത്രപരീക്ഷണങ്ങളോടും കവിമനസ്സ് സമരസപ്പെടുന്നില്ല. ശാസ്ത്രപരീക്ഷണങ്ങൾ നമ്മുടെ ജൈവാവസ്ഥയെ തകർക്കും എന്നാണദ്ദേഹത്തിന്റെ നിഗമനം. ശാസ്ത്രപരീക്ഷണങ്ങളിൽ ചിലത് വരുത്തിവച്ച ദുരന്തങ്ങൾ കണ്ടിട്ടാകാം കവി അങ്ങനെയൊരു നിലപാട് കൈക്കൊള്ളുന്നത്.

കരകൾ തിന്നു ഞാൻ, കടൽ കുടിച്ചു ഞാൻ
സ്ഫുരദ് ഗഗനത്തിൻ തല കടിച്ചു ഞാൻ!
പടരുന്നൂ വീണ്ടും; ജ്വലിക്കുന്നു കൊടും-
ജഠരാഗ്നിക്കൊരു ശമനം കണ്ടീലാ!

(*അംഗരക്ഷകൻ*)

ശിക്ഷകനായ ശാസ്ത്രത്തിന്റെ ദുഷ്ടസന്തതിയായ യന്ത്രസംസ്കാരത്തിന്റെ ഭീകരതയാണ് കവിയെ അലോസരപ്പെടുത്തുന്നത്. ഭൗതികശാസ്ത്രമെന്ന ചുടലഭൈരവൻ സാമ്രാജ്യത്വത്തിന്റെ അംഗരക്ഷകൻ ആണെന്ന ആധുനികസാമൂഹികബോധം ഈ കവിതയിൽ പ്രകടമാകുന്നു. മനുഷ്യനെ മനുഷ്യൻ തൊണ്ട വിടാതെ

വിഴുങ്ങുന്ന കശാപ്പുശാലയാണത്രെ ശാസ്ത്രലോകം. ജൈവ താളത്തെ ദുർബലമാക്കുന്ന ശാസ്ത്രമുന്നേറ്റത്തെ കവിക്ക് ഉൾക്കൊള്ളാനാകുന്നില്ല. 'ചന്ദ്രതാരാർക്ക പഥങ്ങളുടെ ഭ്രമപഥത്തോളമുയർന്ന ശാസ്ത്രവിത്രാനത്തിന്റെ ആഘാതമേറ്റുപിടയുന്ന ആധുനികയുഗത്തിന്റെ ഉഗ്രവേദനകളാണ്, അഥവാ സമകാലിക സാമൂഹിക മനഃസാക്ഷിയുടെ വിസ്ഫോടനമാണ്' (*ഇന്നത്തെ സാഹിത്യകാരന്മാർ* - സി.പി.ശ്രീധരൻ) പി കവിതയിൽ അനുഭവപ്പെടുന്നത്. ജൈവനീതിയെ ഉല്ലംഘിക്കുന്ന ശാസ്ത്രത്തിന്റെ പോക്കിന് തിരിച്ചടിയുണ്ടാകുമെന്ന കവിയുടെ മുന്നറിയിപ്പ് സമകാലീന യാഥാർത്ഥ്യമായിരിക്കുന്നു.

പി പിന്തിരിപ്പനോ?

വികസനം, പുരോഗതി, യന്ത്രസംസ്കാരം തുടങ്ങിയവയോടുള്ള തന്റെ വീക്ഷണം നിമിത്തം താൻ പിന്തിരിപ്പനാണെന്ന് പരിഹസിക്കപ്പെടുമെന്ന് അറിഞ്ഞുകൊണ്ടാണ് അദ്ദേഹം 'നവയുഗ സംസ്കാര ജയശംഖമൂതുന്ന'വരുടെ 'നവ്യവികസനപദ്ധതി' കളെ എതിർക്കുന്നത്. പി യുടെ ഈ നിലപാടുകൾ അദ്ദേഹത്തോട് വിപ്രതിപത്തിയുളവാക്കാനും കാരണമായിട്ടുണ്ട്.

ശാസ്ത്രം, സാങ്കേതിക വിദ്യ, വ്യവസായാഭിവൃദ്ധി തുടങ്ങിയവ മനുഷ്യരുടെ ഭൗതികമുന്നേറ്റത്തിനും നൂതനലോകം വാർത്തെടുക്കാനും സഹായകരമാണ് എന്ന് അംഗീകരിക്കാൻ പി സന്നദ്ധനായിരുന്നില്ല. ഈ സമീപനം അദ്ദേഹത്തോടുള്ള ആക്ഷേപത്തിന് ഹേതുവായിട്ടുണ്ട്. 'കവി ഈ മട്ടിൽ ഭൂതകാലസംസ്കാരത്തിന്റെ നാവായി വർത്തമാന മഹിമകളെ നിന്ദിക്കുന്നത് നന്നോ? കവി പ്രകീർത്തിക്കുന്ന ആ പഴയ സംസ്കാരത്തിനുള്ളിൽത്തന്നെ എന്തെല്ലാം ജീർണതകളില്ല? അദ്ദേഹം യാന്ത്രിക സൗകര്യങ്ങൾക്കും ഇംഗ്ലീഷിനും പാശ്ചാത്യ നാഗരികതയ്ക്കും സാങ്കേതികാഭിവൃദ്ധിക്കും എല്ലാം എതിരാണ്.' കവിതയെന്തെന്ന് നിശ്ചയമില്ലാത്തവരുടേതാണ് ഇത്തരം വിമർശനം. 'ഭാവാർത്ഥമാണ് കവിതയുടെ അർത്ഥമെങ്കിൽ അതു കാണാൻ നാം കുറച്ചുകൂടി സൂക്ഷ്മദൃഷ്ടികളായിത്തീരേണ്ടിയിരിക്കുന്നു. അപ്പോൾ ഹൃദയവേദ്യമാകുന്ന അർത്ഥത്തിന്റെ വെളിച്ചത്തിൽ പി ഹൃദയാലുവായ മനുഷ്യപ്രേമിയാണെന്ന് സമ്മതിച്ചേ മതിയാവൂ. മനുഷ്യജീവിതം സരളവും

മനുഷ്യബന്ധങ്ങൾ അകൃത്രിമവും മനുഷ്യസമൂഹം സൗന്ദര്യബോധപ്രചോദിതവും ആകണമെന്നും ജീവിതത്തിൽനിന്ന് കാപട്യവും സങ്കീർണ്ണതയും ദൂരീകരിക്കണമെന്നുമുള്ള സന്ദേശമാണ് ഭാവപക്ഷത്തിൽ കവി പറഞ്ഞുകൊണ്ടിരിക്കുന്നത്.' (*നവമി നിലാവ്* - ഡോ.സുകുമാർ അഴീക്കോട്, *കവിതയുടെ രഥോത്സവം*)

മാനവികതാബോധം

മാനവികതയുടെ സത്യാന്വേഷണം

ഒരു കിളിയുടെ കരച്ചിൽ കേട്ടാൽപോലും (പിഞ്ചുകിളിയുടെ ആർത്തനാദം/കാതിലലയ്ക്കെ/പ്പൊൻചിങ്ങം കേണൂ- *ചന്തക്കിളി*) ഭാവനാലോകമിടിഞ്ഞുവീഴുന്ന ദുഃഖമനുഭവിക്കുന്നയാളാണ് പി. പെറ്റതള്ളയുടെ പാൽ കിട്ടാതെ ചത്ത കാളക്കുട്ടനെ കണ്ടപ്പോഴും ഇക്കവി വിവശനാകുന്നു. (*വിളിച്ചുചോദിക്കട്ടെ*). പി എന്ന 'ആകാശസഞ്ചാരി'യുടെ കൃതികൾ മാനവികതയുടെ സമഗ്രതയ്ക്കുവേണ്ടി നിലകൊള്ളുന്നവയാണ്.

ചരിത്രം നിർമ്മിക്കുകയും വികസിപ്പിക്കുകയും ചെയ്യുന്ന മനുഷ്യന് പ്രപഞ്ചത്തിലുള്ള സ്ഥാനം അനന്യമാണ്. എന്നാൽ 'എല്ലാം മനുഷ്യനുവേണ്ടി' എന്ന സങ്കല്പം അമാനവികമാണെന്നാണ് ജൈവനീതിദർശനത്തിന്റെ സമീപനം. 'ചരാചരത്തിനു തുല്യം വാരിക്കോരി വിളമ്പുന്ന' മാനവികതയുടെ പ്രത്യയശാസ്ത്രങ്ങളെ ആസുര'കാലവും കുലവും ചേറ്റിൽ പൂഴ്ത്തിയ' ദുരന്തത്തെ പി കവിത അനാവൃതമാക്കുന്നുണ്ട്. *മലനാട്ടി*ലെ 'പ്രകൃതി തൻ ഐക്യത്തെ വിളംബരം' ചെയ്യുന്ന പി കവിത സമഗ്ര മാനവികതയുടെ വക്താവാണ്.

പൊരിയുന്ന വയറിനില്ലരിവെന്തവെള്ള, മര-
മറയ്ക്കുവാനൊരു കീറത്തുണിയുമില്ല!
തുഴക്കൈകൾ മുറിഞ്ഞൊരീ പെരും വഞ്ചിക്കകം കൊള്ളി-
ക്കിഴങ്ങുകൾ പോലുമില്ലാ പശി മറക്കാൻ.

(*പാതിരാപ്പാട്ട്*)

ഇത്തരം യാഥാർത്ഥ്യങ്ങൾ കവി വിളിച്ചുപറയുന്നത് മനുഷ്യന്റെ പ്രാഥമിക ഭൗതികാവശ്യങ്ങളെപോലും പരിഗണിക്കാത്ത ലോക

വ്യവസ്ഥയെ തുറന്നുകാട്ടാനാണ്. *നിലാവേ വരൂ* എന്ന കവിതയ്ക്ക് കവി കുറിച്ച ആമുഖത്തിൽ ഈ കെടുനീതിയെക്കുറിച്ച് വിവരിക്കുന്നുണ്ട്.

> *തടിച്ചുകൊഴുത്ത കരിങ്കാടുകൾ കെട്ടിമറച്ച്, മുറിച്ച ആകാശത്തിന്റെ എയർക്കണ്ടീഷൻ മുറികൾ, കരിനിഴലുകളുടെ വിഷദ്രാവക വളനിർമ്മാണ ഫാക്ടറിയാക്കി മാറ്റിയ വിവശഭൂമി, നിത്യം കുത്തിവെപ്പ് നടത്തുന്ന പ്രമാണിപ്പെരുമലകൾ, നാടുതോറും നഗരം തോറും ഭിക്ഷാപാത്രം വെച്ച് അധികാര കുബേരപ്പട്ടം കെട്ടിയ അഹങ്കാര കോൺക്രീറ്റ് വാർപ്പുകൾ, കണ്ണീരും പുഞ്ചിരിയും കൈമോശം വന്ന് നീരെടുത്തു കനംവെച്ച ദുർഭരണമുഖങ്ങൾ, ആനന്ദച്ചാറു വറ്റിയ വൃക്ഷലതാവലി, നാദം നിലച്ച വീണ, ക്ഷയം ബാധിച്ച നദി, മനം മറിഞ്ഞ മണ്ണ്, ഉദിച്ചുയർന്ന് ഏതോ ശാപഗ്രഹണം പൊതിഞ്ഞ സംസ്കാര ചന്ദ്രമണ്ഡലം.*

ദുഷിച്ച ലോകവ്യവസ്ഥയിലെ അമാനവീകരണ പ്രവണതകൾ കവിയെ വേദനിപ്പിക്കുന്നു. സ്വാർത്ഥത്തെ പ്രേമവും ഹിംസയെ അഹിംസയും ആർത്തിയെ ആശ്വാസവും ഇരുളിനെ വെളിച്ചവും സ്ഥൂലത്തെ സൂക്ഷ്മവും ജഡത്തെ ചൈതന്യവും ദാരിദ്ര്യത്തെ ഐശ്വര്യവും പകരം വയ്ക്കുന്ന (*കുഞ്ഞിരാമൻനായർക്കവിത* - പ്രൊഫ. മേലത്ത് ചന്ദ്രശേഖരൻ) മാനവികതാബോധമാണ് പി കവിതയുടെ ആധാരശിലകളിലൊന്ന്. *പുലരിയോട്*, ഗംഗ തുടങ്ങിയ കവിതകളിൽ അതിന്റെ വിളംബരമുണ്ട്. മാനവികതാവാദത്തിന്റെ കണ്ണുള്ളതുകൊണ്ടാണ്,

> ജീവിതാഘാതാൽ കിടന്നു പിടയുന്ന
> കോടാനുകോടി മനുഷ്യമനസ്സുകളെയും
> ഊക്കേറിയ പുലി തന്നുടെ ദംഷ്ട്രയിൽ
> കോർക്കേയൊടിഞ്ഞു കുഴിയും കരളു-കളെയും
>
> (*നിശാഗീതം*)
>
> പതിതലക്ഷങ്ങൾ തൻ നെടുവീർപ്പു-കളെയും
> പതിതലക്ഷത്തിൽ ചുടുമിഴി നീരാണത്തെയും
>
> (*യുദ്ധകാഹളം*)

പി കവിത കാണുന്നത്. മാനവികതയ്ക്കു വേണ്ടിയുള്ള സത്യാന്വേഷണം തന്നെയാണ് *ചന്ദ്രദർശന*ത്തിലെ പ്രമേയവും.

മനുഷ്യമതം

പി തേടുന്ന പൂർണ്ണമനുഷ്യൻ 'മനുഷ്യമത'ത്തിൽ വിശ്വസിക്കുന്നയാളാണ്. 'ഈ മതം സാത്മീകരിക്കേണ്ടത് തന്നിലേക്കു തന്നെ ഇറങ്ങിപ്പോയിട്ടാണ്. ആ മതം പള്ളികളുടെയും അമ്പലങ്ങളുടെയും ചുമരുകളാൽ തുണ്ടംതുണ്ടമാക്കപ്പെടുന്നില്ല. അതിന്റെ വേദം വിശ്വപ്രേമമാണ്' (*മനുഷ്യമതം- വിചാരവിഹാരം*, ഭാഗം ഒന്ന്). സത്യം, സ്നേഹം, സേവനം, ത്യാഗം, ദീനാനുകമ്പ എന്നിവയാൽ ശുദ്ധീകരിച്ചെടുത്തതാണ് ഈ മതവിശ്വാസിയുടെ ജീവിതരീതി. യഥാർത്ഥത്തിൽ ഈ മനുഷ്യമതം ആദി മാനവർ കൈക്കൊണ്ടിരുന്നതാണ്. ആ ആദിമ മഹാമനുഷ്യന്റെ മുമ്പിൽ പി ദണ്ഡനമസ്കാരം സമർപ്പിച്ചുപോന്നിട്ടുണ്ട്. എന്നാൽ ഇന്നത്തെ പിൻഗാമികൾ സ്വാർത്ഥതയാൽ മതത്തിന്റെ യാത്രോദ്ദേശ്യത്തെ അട്ടിമറിച്ചതായി പി കുറ്റപ്പെടുത്തുന്നു.

അധികാരവ്യവസ്ഥ അതിന്റെ സാമ്പത്തിക-സാമൂഹിക-മതമണ്ഡലങ്ങളിലൂടെ മാനവികതാബോധത്തെ അട്ടിമറിക്കുന്നതിനെ പി നിശിതമായ ഭാഷയിൽ വിമർശിച്ചിരുന്നു.

> *നൂറായിരം അമ്പലങ്ങൾ, ഓ, വേണം- ജാതിക്ക് അകത്തു കടന്ന് ഒളിച്ചിരിക്കുവാൻ ഒരു കരിങ്കൽക്കോട്ട വേണം. അവിടെ കളവുണ്ട്, വ്യഭിചാരമുണ്ട്. അമരരായ ദേവന്മാർ നിവേദ്യത്തിൽ മൂടിക്കിടക്കുമ്പോൾ ഇളംകിടാങ്ങൾ പട്ടിണി കിടന്നു ചാവുന്നു... വലിയ ജന്മി എന്നതിനു വലിയ കൊള്ളക്കാരൻ എന്നാണർത്ഥം. ദൈവം എല്ലാ മക്കൾക്കും ഒന്നുപോലെ വീതിച്ചുകൊടുത്ത സ്വത്ത് കൈയൂക്കുള്ള ചിലർ പിടിച്ചടക്കി വെയ്ക്കുക - അതാണു കവർച്ച.*
> *(മനുഷ്യമതം)*

മാനവികതയെ ഉൾക്കൊള്ളാത്ത, 'സ്വാർത്ഥത്തിന്റെയും ദുരാചാരത്തിന്റെയും അന്ധവിശ്വാസത്തിന്റെയും ദല്ലാളിയായ ദേവൻ ഇവിടെ വേണ്ട'യെന്ന് പി ഉറപ്പിച്ചുപറയുന്നു. പി കവിതയിലെ നിരന്തര സാന്നിദ്ധ്യമായ 'ഗ്രാമദേവത' തികച്ചും മതേതര സങ്കല്പ

മാണ്. നമ്മുടെ നാട്ടുസംസ്കൃതിയിൽ ദേശവാസികളെ പല മാരികളിൽനിന്നും ഭൂതങ്ങളിൽനിന്നും സംരക്ഷിക്കുന്നുവെന്ന് വിശ്വസിക്കുന്ന ഗ്രാമദേവതയാണിത്; അല്ലാതെ ഏതെങ്കിലും മതധാരയിൽ 'ദൈവ' മായി മാറിയ ആരാധനാമൂർത്തിയല്ല.

വർഗസമരം ധർമ്മവിപ്ലവം

മാനവികതയെ ദുർബലപ്പെടുത്തുന്ന എല്ലാ നീതികേടുകളെയും ശക്തമായ ഭാഷയിൽ പി കവിത എതിർക്കുന്നു. തൊഴിലെടുക്കുന്നവനെ അവഗണിക്കുന്ന സംസ്കാരച്യുതിയിലുള്ള അമർഷം വർഗപ്രശ്നമായി അവതരിപ്പിച്ചിട്ടുണ്ട്. ഒരു ചുമട്ടുതൊഴിലാളിയുടെ ദുരിതകഥ പറയുന്ന *സിദ്ധാർത്ഥന്റെ നാട്ടിൽ* മുതലാളിത്ത ചൂഷണം എത്രത്തോളം മനുഷ്യത്വരഹിതമാണെന്ന് വിവരിക്കുന്നു. മുതലാളിയോട് കൂറു പുലർത്തി വിയർപ്പുനീരോടൊപ്പം ഹൃദയരക്തം ഒഴുക്കുന്നവനാണ് തൊഴിലാളി. ശേഷിയിൽ കവിഞ്ഞ് അധ്വാനിച്ചതിന്റെ ഫലമായി അയാൾ രോഗിയായി, കിടപ്പിലായി. ആ തൊഴിലാളി കുടുംബം പട്ടിണിയിലായി. 'അച്ഛാ അച്ഛാ കഞ്ഞി' എന്ന മകളുടെ ഞരക്കം, ഭാര്യയുടെ അപസ്മാരബാധ, തന്റെ രോഗം-അയാൾ തൊണ്ട പൊട്ടിക്കരഞ്ഞു. താരകൾ പോലും നടുങ്ങിപ്പോയ ആ രോദനം പക്ഷെ, മുതലാളി മാത്രം കേട്ടില്ല. 'ആടിനെ രക്ഷിക്കാൻ വേണ്ടി ശിരസ്സർപ്പിച്ച' സിദ്ധാർത്ഥന്റെ നാട്ടിലെ ഈ സ്ഥിതി കണ്ടുനിന്ന വാനം ഊഴിയെ തൃക്കൺപാർത്ത് ശപിച്ചു:

> ലോകത്തിൽ പ്രതപ്താംഗം തഴുകും ധർമ്മത്തിന്റെ
> കൈകൾക്കു വിലങ്ങു വയ്ക്കുന്നൊരീ ക്കെട്ടനീതി
> നരരെ നരന്നുതാൻ വില്പിക്കും കെടുംനീതി-
> നരകത്തലയ്ക്കലെന്നിടിവാൾ പതിക്കട്ടെ!

തൊഴിലാളിയും മുതലാളിയും തമ്മിലുള്ള വർഗസമരം-അതിന്റെ വിത്ത് ഇന്ത്യയുടെ തരിശുമണ്ണിലും പൊട്ടിപൊടിച്ചുതുടങ്ങി. ആരും തടയില്ല, ആർക്കും തടയാനാവില്ല. മല പൊട്ടിപ്പിളർന്നുള്ളതാണ് ഈ ജലപ്രളയം. പാറ പൊട്ടിച്ചിതറി വരുന്നതാണ് ഈ അശ്രുപ്രവാഹം. മുതലാളിത്തത്തിന്റെ കണ്ണില്ലാത്ത ക്രൂരതയ്ക്കെതിരായി രണഭൈരവനെപ്പോലെ നിന്നു നരശോണിതത്തിന്റെ ഭാഷയിൽ കവി പ്രതീക്ഷിക്കുന്നത്,

> മനുഷ്യാത്മാവിൻ മേനികളിട്ടു കെട്ടിവരിഞ്ഞുള്ള
> കാരിരുമ്പു ചങ്ങലകൾ തകരുമാറും

അടിയോടെയുടയുന്നു, തകരുന്നു, പതിക്കുന്നു
മുതലാളിത്തത്തിൻ പൊന്തും കോട്ടകളെല്ലാം.
(യുദ്ധകാഹളം)

മുതലാളിത്തത്തിന്റെ ദാരിദ്ര്യവും തൊഴിലാളിത്തത്തിന്റെ ഐശ്വര്യവും തമ്മിലുള്ള ദൈവികസമരം. അതൊരു ഭൂകമ്പത്തിന്റെ പുറപ്പാടാണ്. അഗ്നിപർവ്വതം പൊട്ടിത്തെറിക്കാനുള്ള പുറപ്പാടാണ്. ഈ സമരത്തിന്റെ ശക്തി പി വിവരിക്കുന്നുണ്ട്.

ലോകകുടുംബത്തിലെ പാവങ്ങളെല്ലാം-കൊള്ളരുതാത്തവരും മർദ്ദിക്കപ്പെടുന്നവരുമെല്ലാം -അതെ, എല്ലാവരും വരുവിൻ. ആയിരമായിരം നെടുവീർപ്പുകളൊത്തുചേരട്ടെ, ആയിരമായിരം കണ്ണീർക്കണങ്ങളൊരുമിക്കട്ടെ. അതിൽനിന്നു ധർമ്മവിപ്ലവത്തിന്റെ കൊടുങ്കാറ്റുണ്ടാകും. പതിതലക്ഷങ്ങളുടെ ആ തപ്താശ്രുധാരയിൽ എല്ലാം കുത്തിയൊലിച്ചു പോവട്ടെ. ചെഞ്ചോരയിൽ- മനുഷ്യത്വത്തിന്റെ ചെഞ്ചോരയിൽ കെട്ടിയുയർത്തപ്പെട്ട സാമ്രാജ്യങ്ങൾ, സത്യത്തിന്റേയും പ്രേമത്തിന്റെയും തലയോടുകൾകൊണ്ട് മംഗളകലശം വയ്ക്കപ്പെട്ട സാമ്രാജ്യങ്ങൾ- കുടവയറും വലിച്ചു സാഹോദര്യത്തിന്റെ നേർക്കെടുത്തു ചാടുന്ന മുതലാളിത്തം എല്ലാം കുത്തിയൊലിച്ചു പോകട്ടെ.
(വിചാര വിഹാരം- ഭാഗം ഒന്ന്)

നിലനിൽക്കുന്ന വ്യവസ്ഥയുടെ കെട്ടനീതിയുമായി നിരന്തരം സംഘർഷത്തിലേർപ്പെട്ട മാനവികതയുടെ ആവിഷ്കാരമാണ് പി കവിത.

സമത്വം, സ്വാതന്ത്ര്യം, സാഹോദര്യം

സമഭാവന, ഏകലോകം

ജീവിക്കാൻ ആരും അയോഗ്യരല്ല എന്ന സന്ദേശം പി കവിതയുടെ കാതലാണ്. സമഭാവനയുടെ അന്തരീക്ഷം ആ കവിതകൾ ഉൾക്കൊള്ളുന്നു. മുഴുവൻ ജീവജാലങ്ങൾക്കും നില നിൽക്കാനുള്ള അവകാശത്തെ സംബന്ധിച്ചുള്ളതാണ് ഈ സമഭാവന. പ്രപഞ്ചത്തിൽ ഓരോരുത്തർക്കും ഓരോന്നിനും അതാതിന്റേതായ ഇടമുണ്ട്. സമത്വസുന്ദരമായ ജീവിതത്തെ സ്വപ്നം കാണുകയും ആ സ്വപ്നലോകത്തെ ആദർശവൽക്കരിക്കുകയും ചെയ്യുന്നുണ്ട് പി കവിത.

പണിതവനു വെറും നിലം സുഭിക്ഷ-
ക്കുളിർതണലാണ് സദാലസന്നിരിപ്പാൻ.

(*ശ്രീരാമചരിതം*)

അസമത്വത്തെ 'പ്രകൃതിനയവിരുദ്ധ ഘോരമീയക്രമ' മെന്നാണ് കവി വിശേഷിപ്പിക്കുന്നത്. പ്രപഞ്ചമാകുന്ന പൊന്നമ്പലത്തിൽ കുളിച്ചുതൊഴാൻ കഴിയാതെ പോകുന്ന സാധാരണ ഭൂരിപക്ഷത്തിന്റെ വേദന *കുളിച്ചുതൊഴാതെ*യിൽ കവി പങ്കിടുന്നുണ്ട്. പാരതന്ത്ര്യത്തിൽനിന്നും അസമത്വത്തിൽനിന്നും മോചനം തേടുന്ന പതിതരുടെ ശബ്ദം പി കവിതയിൽ ഉയർന്നു കേൾക്കാം.

കേഴുന്നു മോചനം കാത്തു
തോടിനുള്ളിലിളം കിളി;
തിമിരം കീറുവാനെന്തു
വഴിയെന്നോർത്തു കോരകം

(*സൗന്ദര്യപൂജ*)

തൊഴിലാളികളുടെയും കർഷകരുടെയും അവഗണിക്കപ്പെട്ട

വരുടെയും വേദനകളെ കണ്ടറിയുവാൻ പി കവിതയെഴുത്തിന്റെ ആദ്യകാലം മുതൽ ശ്രമിച്ചിരുന്നു. അദ്ദേഹത്തിന്റെ പ്രകൃതിവർണ നകളിലും മറ്റു ബിംബങ്ങളിലും പ്രൗഢഗംഭീരമായ ജന്മിത്തത്തിന്റെ അംശങ്ങൾ മുറ്റിനില്ക്കുന്നുണ്ട് എന്ന് അകലെനിന്നു നോക്കുമ്പോൾ തോന്നും. എന്നാൽ നാടുവാഴിത്തക്രമത്തിന്റെ, ചൂഷണത്തിന്റെ വികൃതമുഖങ്ങളും പി കവിത കാണിച്ചുതരുന്നുണ്ട്. *സൗന്ദര്യപൂജ* യിൽ അധ്വാനിക്കുന്ന നക്ഷത്രങ്ങളും അധ്വാനിക്കാത്ത മേഘവും ആകാശമെന്ന ഒരൊറ്റ ലാവണ്യത്തിന്റെ വശങ്ങളായി ചേർത്തു നിർത്തുമ്പോൾ (ചളിപ്പാടത്തു താരങ്ങൾ/പിടിതാളുപെറുക്കവേ/ അലക്കിത്തേച്ച കുപ്പായ/മിട്ടുലാത്തുന്നു വെൺമുകിൽ) ചൂഷണ മെന്ന യാഥാർത്ഥ്യത്തെക്കുറിച്ച് പറയാതെ പറയുകയാണ്. അതിന്റെ തുടർച്ചയിൽ, 'കതിർക്കറ്റ ചുമന്നെത്തീ/ കിതയ്ക്കും മുഗ്ദ്ധസന്ധ്യ കൾ' എന്ന വരികളിൽ ജന്മിഗൃഹത്തിന്റെ മുറ്റത്ത് കേഴുന്ന വയൽപ്പ ണിക്കാരിയുടെ കിതപ്പുതന്നെയാണ് കേൾപ്പിക്കുന്നത്.

പുഞ്ചവയലിൽ ക്കൂരച്ചാളയിലടിയുന്നോർ ഞങ്ങൾ
പരൽമീൻ ചാറും കപ്പയുമൊപ്പം പുലരുന്നോർ ഞങ്ങൾ
അന്തിക്കള്ള് ചിരട്ടയിൽ മോന്തി കീറപ്പായ്ത്തുണ്ടിൽ
കാവിലമ്മയെ കൈകൂപ്പി തലചായ്ക്കുന്നോർ ഞങ്ങൾ.

(*കതിര് കതിരോ കതിര്*)

ഇന്നത്തെ സാമൂഹികാവസ്ഥയിലെ അസമത്വത്തോടും ജീർണ്ണ തകളോടുമുള്ള വിമർശനം *സുഭദ്ര, കൈത്തെറ്റ്* തുടങ്ങിയ നിര വധി കവിതകളിലും കാണാം. സ്വാർത്ഥതയിലധിഷ്ഠിതമായ അഹംബോധത്തോട് പി നിരന്തരം കലഹിക്കുന്നു. മനുഷ്യർക്കിട യിൽ തന്നെ ചിലർക്ക് നീതി നിഷേധിക്കപ്പെടുന്നതു കണ്ടപ്പോൾ ജൈവനൈതികതയുടെ ഉൾക്കണ്ണ് തുറന്നിട്ട ഇക്കവി സ്ഥിതിസമ ത്വവാദിയാകുന്നു. സമത്വത്തിന്റെ അഭാവം കളങ്കിതമാക്കുന്ന സാമൂ ഹികക്രമത്തോടുള്ള രോഷാഗ്നി പടർത്തുന്നതാണ് *തീപ്പൊരിക ളുടെ പാട്ട്* തുടങ്ങിയ കവിതകൾ.

കാറ്റും വെളിച്ചവും പോലിന്നു ഭൂമിയും
നേട്ടത്തിനേവരും തുല്യാവകാശികൾ.

സമത്വവാദം മുഖമുദ്രയായ പി കവിത, ഈ സമഭാവനയെ ഏകലോകഭാവനയിലേക്കു വികസിപ്പിക്കുന്നു.

ഭിന്നമായാരുമില്ലേതു മില്ലേകമാ-
മർണ്ണവ, മാനന്ദ സമ്പൂർണ്ണമർണ്ണവം
(*കൊച്ചുനർത്തകി*)

ഈ ഏകലോകത്തിലുണ്ടാകണമെന്ന് പി കരുതിയ 'ഒരു മത മൊരുജാതി, യൊരുനിറ, മൊരു നിണ' മെന്ന വ്യവസ്ഥ തിരോഭ വിച്ചതിലുള്ള വിഷാദം *പോയ്പ്പോയ പൊന്നോണ*ത്തിൽ പ്രകട മാണ്. അയിത്താചാരം ക്രൂരമായ *നരബലി*യാണെന്ന് ഉറക്കെ വിളി ച്ചുപറയുകയും അതു നിർത്തലാക്കാൻ നാട്ടധികാരികളോട് അപേ ക്ഷിക്കുകയും ചെയ്തു. തിരുവിതാംകൂർ ക്ഷേത്രപ്രവേശന വിളം ബരം പുറപ്പെടുവിച്ചപ്പോൾ, അതിനെ 'ജീവിതത്തിന്റെ കവാടം എല്ലാവർക്കുമായി തുറന്നുവെച്ച' നവ്യയുഗമെന്നാണ് (*നീലോല്പ ലപ്പൂവ്*, 1937) കവി വിശേഷിപ്പിക്കുന്നത്.

ഓണത്തിന്റെ സന്ദേശം

പി യുടെ ഓണക്കവിതകളിലും ജീവിതക്കാഴ്ചകളാണ് പ്രമേ യം. നല്ലൊരു കൂട്ടം ഓണക്കവിതകൾ പി കവിതയിലുണ്ട്. ഈ ഓണക്കവിതകൾ ഓരോ വായനയിലും നവംനവങ്ങളായ അർത്ഥം നൽകുന്നവയാണ്. പൊട്ടാത്ത പൊന്നിൻചരടിൽ ഐക്യസംസ്കാ രത്തിന്റെ, ജിവാത്മ പരമാത്മബന്ധത്തിന്റെ, മാല കോർത്തൊരു ക്കിക്കൊണ്ടാണ് ഈ കവിതകളിൽ ഓണം വരുന്നത്. അത്തരം പൊന്നോണക്കാലം മാഞ്ഞുപോയ വേദനയും കവിയെ അലട്ടു ന്നു. പ്രകൃതിയുടെയും ഭൗതികജീവിതത്തിന്റെയും ചലനങ്ങളെ സമന്വയിപ്പിക്കുന്ന ഉത്സവസ്മൃതി കൂടിയാണല്ലോ ഓണം. അതിന്റെ നഖചിത്രങ്ങൾ പി യുടെ ഓണക്കവിതകളിൽ ഇഴചേർന്നു കിടപ്പു ണ്ട്. കുടിലുകളിൽപോലും നൂണുകയറിയ ഓണത്തെ വർണ്ണിക്കു ന്നതിലൂടെ ഓണാഘോഷത്തിന് ഗുരു/ലഘു ഭേദമില്ലെന്ന് കവി പ്രഖ്യാപിക്കുന്നു. അതിന്റെ സാർവലൗകിക സ്വഭാവത്തിന് അടി വരയിടുന്നു. സമതയുടെ സംഗീതമുള്ള ഉണ്മയുടെ ഉത്സവമായി ഓണം കവിമനസ്സിൽ നിലകൊണ്ടു. സമൂഹത്തിനു വന്ന മാറ്റങ്ങ ളിൽ, ആഡംബരത്തിന്റെയും അഭിനയത്തിന്റെയും ഉത്സവമായി ഓണം മാറുന്നത് കവിയെ വേദനിപ്പിച്ചിരുന്നു.

ഓണമെങ്ങു? ദുരതൻ പടയിൽപ്പൊ-
ന്നോണമെങ്ങു തിരഞ്ഞുനടന്നു ഞാൻ.
(*നിഴലും നിലാവും, പൂക്കളും*)

ഓണം എന്ന ആദിപ്രതീകത്തെ ആവർത്തിച്ചുപയോഗിക്കുന്ന പി, ഓണസങ്കല്പത്തിന്നാധാരമായ സത്യ സമത്വ സ്വാതന്ത്ര്യതയുടെ ഉൽക്കർഷോന്മുഖതയെയാണ് മുറുകെ പിടിച്ചത്. സ്വാതന്ത്ര്യസങ്കല്പവും സമത്വാദർശവും സാഹോദര്യബോധവും പി കവിതയിൽ അടിയുറച്ചിട്ടുണ്ട്. വസുധൈവ കുടുംബകം എന്ന ആദർശം കവിയോടൊപ്പമെന്നുമുണ്ട്. അത്തരത്തിൽ സകല മനുഷ്യരും ഒന്നായി ജീവിച്ച മാവേലി നാട് നഷ്ടമായല്ലോ എന്ന തപ്ത ചിന്ത പി കവിതയിൽ നിറയെയുണ്ട്. ഓണക്കവിതകളിലുടനീളം സാമൂഹ്യവിമർശനം പ്രബലധാരയാണ്. മാനുഷരെല്ലാവരും ഒന്നുപോലെ കരളിൽ പൂന്തേൻ നുകരാൻ തക്കവണ്ണം പൊന്നോണം വീണ്ടും വരുമോ (*പുല്ലുമാടത്തിന്റെ പാട്ട്*) എന്നാണ് കവിയുടെ ഉത്കണ്ഠ. എങ്കിലും, 'തന്നത്താൻ മറന്ന് സ്നേഹദീപം കെട്ട് തമസ്സിന്റെ ബന്ധനത്തിൽ അടിപെട്ട ചരാചരത്തെ ഉണർത്തുവാൻ ഓണം ഇറങ്ങിവരുമെ' ന്ന് (*ഓണമുണ്ണാൻ*) കവി പ്രതീക്ഷിക്കുന്നു. പി യുടെ പല ഓണക്കവിതകളും സമത്വ-സ്വാതന്ത്ര്യ സങ്കല്പങ്ങളുടെ പ്രകടന പത്രിക തന്നെയാണ്.

തൃക്കാക്കര സോഷ്യലിസം

സമത്വലോകം വാഗ്ദാനം ചെയ്യുന്ന സോഷ്യലിസത്തിലേക്കുള്ള മാർഗ്ഗമാണ് *തൃക്കാക്കരയ്ക്ക് പോം പാതയേതോ* യിൽ അന്വേഷിക്കുന്നത്. നക്ഷത്രവും മൺതരികളും ഒന്നാകുന്ന, മനുഷ്യൻ മനുഷ്യനെ മേയ്ക്കുന്ന, തോക്കുകളും ലാത്തികളുമില്ലാതാകുന്ന, ജന്മിത്ത-മുതലാളിത്ത ചൂഷണവും ഞാൻ/എന്റെ എന്ന സ്വാർത്ഥതയും ഇല്ലാകുന്ന, ഗ്രാമസ്വരാജ്യക്കൊടി പറക്കുന്ന സോഷ്യലിസ്റ്റ് രാജ്യം- തൃക്കാക്കര-എവിടെയാണെന്നാണ് കവി തേടുന്നത്. 'നിത്യസ്വതന്ത്രത പാറുമാ സത്യസ്വരാജ്യം കത്തിയെരിഞ്ഞു പോയതോ കാട്ടുചെന്തീജ്വാലകളിൽ' (*ഇണക്കിളി വിളിക്കുമ്പോൾ*) എന്ന് പി സങ്കടപ്പെടുന്നു.

അസമത്വത്തിനെതിരെ ഊരിപ്പിടിച്ചുനിൽക്കുന്ന പടവാളാണ് പി കവിത. *ഹരിജനഗാനം* തുടങ്ങിയ കവിതകളിൽ ചൂടും ചൂരുമുള്ള ഭാഷയിൽ ഈ നിലപാട് കാണാം. 'അധ്വാനിക്കുന്ന കർഷകന് കൂലി പട്ടിണിയാണെന്ന' സാമൂദായിക അനീതിക്കെതിരെ പി കവിത കലാപസന്നദ്ധമാണ്.

സൗന്ദര്യം പൂത്തുലയുന്ന ഭൂമിയെ -സ്നേഹധാരയാൽ രമിപ്പിക്കുന്ന തരുണകർഷകൻ - സ്ഥാവരജംഗമങ്ങൾക്ക് സമാവകാശമുള്ള മണ്ണ്. ആവശ്യത്തിൽ കവിഞ്ഞ് കയ്യടക്കിവെച്ച്, ജന്മിയെന്ന് സ്വയം മുദ്ര കുത്തി നടക്കുന്ന അഹങ്കാരം- സ്വാർത്ഥം- ലോഭം- കള്ളവേഷം കെട്ടി അവൻ തടവിലാക്കിയ ഭൂമിയെ - വീണ്ടെടുക്കുക- പാടുപെടുന്നവന്റെ വേർപ്പുമണി പൊന്മണിയാക്കി കുമ്പ വീർപ്പിച്ച് ഞെളിഞ്ഞിരിക്കുന്ന കരിഞ്ചന്തപ്പത്തായം; അതിന്റെ നട്ടെല്ല് തല്ലിയൊടിക്കുക. (പുതിയ രാമായണം)

അസമത്വത്തിനു കാരണമായ ജന്മിത്തം അവസാനിപ്പിക്കണം. എങ്കിലേ സത്യ സമത്വ സൗന്ദര്യം വാഴൂ എന്നതാണ് *പുതിയ രാമായണത്തിന്റെ* സന്ദേശം. കർഷകൻ ചളിപ്പാടത്തു പ്രാണൻ വിതച്ചിട്ടും ജന്മിവീട്ടിലെ പത്തായമാണ് നിറയുന്നത്. സ്വാതന്ത്ര്യം പണക്കാർക്ക് സംവരണം ചെയ്യപ്പെട്ടതും പാവങ്ങൾക്ക് പാഴ്ക്കിനാവുമാണ്. മനുഷ്യന്റെ ചൂഷണത്വരയേയും സ്വാർത്ഥതയേയും പി പരിഹസിക്കുന്നത് *കാക്കകളെ* ചൂണ്ടിക്കാണിച്ചാണ്. ഒരപ്പക്കഷ്ണം കിട്ടിയാൽ പങ്കുവച്ചു ഭുജിക്കുന്ന കാക്കകളിൽനിന്ന് സമത്വപാഠം ഉൾക്കൊള്ളണം.

'സത്യ സമത്വക്കരുവിൻ നൂതനലോകട'മാണ് (*കളിമണ്ണിൽനിന്നൊരു കന്യക*) പി കവിതയുടെ ആദർശം.

നീതിയുടെ വെളിച്ചം

അനീതി = തമസ്സ്

ജൈവനീതി സംബന്ധമായ പി യുടെ സംവാദങ്ങൾ മനുഷ്യനീതിയെക്കുറിച്ച് മാത്രമുള്ള ചിന്തകളല്ല. പ്രപഞ്ചത്തിന്റെയാകെ നീതിയും അനീതിയുമാണ് പരിഗണനാവിഷയം. തന്റെ ചുറ്റുപാടും അനീതിയുടെ സാന്നിദ്ധ്യം വളരെ പ്രകടമാണെന്ന് കവിയ്ക്ക് ബോധ്യമുണ്ട്. നീതി അഭിവ്യക്തമാവാതെയിരിക്കുന്ന അവസ്ഥയാണല്ലോ അനീതിയായി അനുഭവപ്പെടുന്നത്. പക്ഷെ, ഒരു വസ്തു/ സംഗതി അഭിവ്യക്തമല്ല എന്നതിനർത്ഥം അത് അവിടെയില്ല എന്നുമല്ല. അതുകൊണ്ടാണ് നീതി നിഷേധാത്മക വികാരങ്ങളായും മാനസിക വിക്ഷോഭങ്ങളായും പി കവിതകളിൽ പ്രത്യക്ഷപ്പെടുന്നത്. അനീതിയെ തമസ്സായാണ് പി അടയാളപ്പെടുത്തുന്നത്.

പടം പൊക്കിയിഴഞ്ഞെത്തീ
കാറ്റുചീറ്റും തമസ്സുകൾ
(*നരബലി*)

പാഴ്ത്തമസ്സിൽ ചളിക്കുണ്ടി-
ലെഴുമാത്മാവിനെ സ്വയം
(*പൂമൊട്ടിന്റെ കണി*)

സ്മേരം ഗുരുവിൻ മുഖം കറുത്തീടവേ
ഘോരതമസ്സിലേക്കൊട്ടൊട്ടു നീങ്ങിഞാൻ
(*കളിയച്ഛൻ*)

അനീതിയെ തമസ്സായി വർണ്ണിക്കുന്നത് അത് പ്രപഞ്ചത്തിലെ പ്രവണതകളിലൊന്ന് എന്ന ധാരണയിലാണ്. ദുഃഖവും കോപവുമെല്ലാം -അവ അനിഷ്ടകരമാണെങ്കിലും- പ്രപഞ്ചത്തിലെ പ്രവണതകളാണ്. പി കവിതയിലുടനീളം ഈ പ്രവണതകൾ വ്യാപരി

ച്ചിരിക്കുന്നു. പ്രപഞ്ചസമഗ്രതയിലേക്ക് എത്തിച്ചേരാനുള്ള മാന സികഭാവങ്ങൾ എന്ന നിലയിലാണ് കവി ഈ സമീപനം കൈക്കൊള്ളുന്നത്.

ദുഃഖത്തിന്റെയും സംത്രാസത്തിന്റെയും വേദനകൾ സമ്മാനിക്കുന്ന അനീതി അതിന്റെയുള്ളിൽ തന്നെ നീതിയെ മറച്ചുപിടിക്കുന്നു. നീതിയുടെ അസാന്നിദ്ധ്യമല്ല; അജ്ഞതയെയാണ് അനീതിയായി അനുഭവിക്കുന്നത്. അനീതിയുടെ ഇരുൾ പിളർന്ന് വെളിപ്പെടുന്ന നീതിയുടെ പ്രകാശം ചിത്രീകരിക്കാൻ പി കവിത ഉത്സാഹിക്കുന്നു. വേഷമാടി ഫലിപ്പിക്കാനാവാതെ പാതിവഴിയിൽ തളർന്നിരിക്കുന്ന 'ജീവൻ' അനീതിയുടെ രക്തസാക്ഷിയാണെന്ന് *കളിയച്ഛൻ* വരച്ചിടുന്നു. ഗുരുശാപമായും കാലക്കേടായും അവസ്ഥാവൈപരീത്യമായും പ്രത്യക്ഷപ്പെട്ട് ജീവനെ വികല്പങ്ങളിലേക്ക് തള്ളിയിടുന്നത് പ്രപഞ്ചത്തിന്റെ അനീതിയാണല്ലോ. *കളിയച്ഛൻ* ദുഃഖാന്തമായ കവിതയല്ല. അരങ്ങിൽനിന്നും അണിയറയിലേക്ക് നീങ്ങുമ്പോൾ പ്രകാശസാന്നിദ്ധ്യം ഗോചരമാവുന്നു. അവിടെ ജീവന് നീതി കിട്ടുമെന്നാണ് കവിയുടെ പ്രതീക്ഷ.

നിൽക്കൊല ചിന്തിച്ചരങ്ങത്തു നിന്നെത്തി-
നോക്കുകണിയറ വാതിൽക്കലേക്കു നീ
പൊങ്ങും പരിവേഷവായ്പ്പിൽ തിളങ്ങുന്നു
മങ്ങിയെരിയും നിലവിളക്കിൻതിരി.

നീതി = വെളിച്ചം

തമസ്സിനെ പ്രകാശവത്താക്കുന്ന ജീവനെയാണ് പി തേടുന്നത്. ഇരുൾ എന്ന അനഭിവ്യക്തിയിലേക്ക് പ്രകാശം നിറഞ്ഞുവരുന്ന അനുഭവങ്ങൾ ഇക്കവിയ്ക്ക് പ്രിയപ്പെട്ടവയായിരുന്നു. മിഴിനീട്ടുന്ന വെളിച്ചം പി കവിതയുടെ പ്രാണസ്പന്ദനമാണ്.

ഇരുളിൽ തോടുടഞ്ഞമരുമസ്ഫുടം കേൾക്കായ്
ചിറകുമുളയ്ക്കില്ലാത്തൊരുഷസ്സിൻ ഈ നാദം
(*ക്രിസ്മസ്സ് സമ്മാനം*)

തമോഗർഭം പിളർന്നേതോ
തേജസ്സവതരിക്കയായ് (*കടാക്ഷം*)

പ്രകാശത്തെ ഗർഭം ധരിച്ചിരിക്കുന്ന ഇരുളിനെയാണ് പി കാണുന്നത്. പ്രത്യാശാഭരിതമായ ജീവന്റെ തുടിപ്പാണത്. സ്വയം ഗർഭം

ധരിച്ച ഇരുട്ടിനെ കീറിയാണ് പ്രഭാതം പൊട്ടിവിടരുന്നത്- മുട്ടയുടെ തോടു പൊട്ടിച്ച് കിളിക്കുഞ്ഞ് പുറത്തുവരുന്നതുപോലെ. (*സൗന്ദര്യപൂജ*).

ഇരുട്ടിൻ കല്ലറയ്ക്കുള്ളിൽ
ഞരങ്ങും നിന്റെ ചങ്ങല
അഴിച്ചുമാറ്റുവാനെത്തും
വിണ്ണിൻ മംഗളദേവത

(*പൂമൊട്ടിന്റെ കണി*)

അപാരതയുടെ സ്വാതന്ത്ര്യത്തിലേക്ക് മിഴി തുറക്കുമ്പോൾ ജീവന് പൂർണത കൈവരുന്നു.

തമോവിഷം കേറി ജീവൻ ബോധം കെട്ടുകിടക്കവേ
ഇഴയും നെടുരാവിങ്കൽ തേങ്ങിത്തേങ്ങി കരഞ്ഞു ഞാൻ

(*പൊന്നമ്പലം*)

ഇതാണ് പ്രപഞ്ചത്തിന്റെ അനീതി. തമസ്സിന്റെ ഗർഭത്തിൽ നിന്നും ജ്ഞാനത്തിന്റെ പ്രകാശപ്പൊലിമയെ തിരിച്ചറിയുകയാണ് നീതിമാർഗ്ഗം

ഇരുൾ x വെളിച്ചം

നീതിയുടെ സാക്ഷാൽക്കാരത്തിനായി മനസ്സുകളിൽ യുദ്ധം നടക്കണം. കരൾത്തട്ടാകുന്ന പോർക്കളത്തിൽ 'വെളിച്ചവുമിരുളും തമ്മിൽ' (*പടക്കളത്തിൽ*) ഏറ്റുമുട്ടണം. ആറ്റംബോംബല്ല, അവനവന്റെ ഹൃദയംതന്നെയാണ് മനുഷ്യവംശത്തിനു ഭീഷണി.

ശത്രു- അതേ, ശത്രു നീ താൻ, നിന്നെത്തരംതാഴ്ത്തും ശത്രു!
നിർദ്ദയമവനെ, നിന്നെ വധിച്ചാലും നീ!

ഇരുട്ടിനെ, തിന്മയെ, അനീതിയെ കൊല്ലാൻ തന്നെയാണ് കവിയുടെ ആഹ്വാനം. ഈ കവിതയിലെ അഞ്ചുകുതിരയെ പൂട്ടിയ രഥം മനുഷ്യശരീരമാണ്. മനസ്സിലെ വാസനകൾ തമ്മിലുള്ളതാണ് 'കുരുക്ഷേത്രയുദ്ധം.'

പൊരുതും, ധർമ്മബോധനവായുധം കടഞ്ഞു നീ
പൊരുതുക തിളങ്ങുന്ന കൊള്ളിമീൻ പോലെ
പൊരുതുക പ്രബോധത്തിൻ പടച്ചട്ടയണിഞ്ഞു നീ
പൊരുതുക ശംഖനാദം മുഴങ്ങീ ഹൃത്തിൽ.

ഇരുൾ-വെളിച്ചങ്ങൾക്കിടയിൽ ഉഴറുന്ന കവിമനസ്സാണ് പി യുടേ

ത്. ഇരുട്ട് x വെളിച്ചം എന്ന വിരുദ്ധയുഗ്മത്തെ തന്റെ അടിസ്ഥാന നിലപാടിന്റെ ഇരുവശങ്ങളായി കവി വ്യവസ്ഥപ്പെടുത്തിയിട്ടുണ്ട്. 'ഇരുളും വെളിച്ചവുമാകട്ടെ ഇരട്ട പെറ്റ സന്താനങ്ങളത്രെ. ഇവ പിണങ്ങിയാൽ പുതിയ ഒരു ഉണർവ്വാണ്. ഇണങ്ങിയാൽ അലിഞ്ഞു ചേരലും.' ഒന്ന് പശ്ചാത്തലമെങ്കിൽ, മറ്റേത് പുരസ്തലമാണ്. ഇരുട്ടിനെ ചീന്തിയെറിയുന്ന കൃപാണവുമേന്തി ജയാരവം മുഴക്കി സൂര്യനെത്തുമ്പോൾ ലോകത്തിനുണ്ടാകുന്ന ഭാവപ്പകർച്ചയാണ് (*ജയജയാരവം*) പി കവിതയുടെ ഹൃദയം.

ലിംഗനീതി

എല്ലാ ചരിത്രസംസ്കാരങ്ങളുടെയും അഗ്രിമസ്ഥാനത്ത് മാതൃദേവതാസങ്കല്പങ്ങളുണ്ട്. യാ ദേവി സർവ്വഭൂതേഷു എന്ന വാക്കുകൾ പ്രാണവായുവിനുസമം സ്വീകരിച്ചിട്ടുള്ള ഭാരതീയസംസ്കാരത്തിൽ മാതൃദേവതാസങ്കല്പത്തിന്റെ അടിസ്ഥാനമുണ്ട്. ഗയ എന്ന ഭൂമിദേവതയെയും ഡിമീറ്റർ എന്ന ധാന്യദേവതയെയും ആരാധിച്ചിരുന്ന ഗ്രീക്ക് സംസ്കാരവും, ഔഷധങ്ങളുടെയും കൃഷിയുടെയും ദേവതയായി ഇസിസിനെ കൈക്കൊണ്ട ഈജിപ്ഷ്യൻ സംസ്കാരവും മാതൃദേവതയെ പ്രതിഷ്ഠിച്ചിട്ടുള്ളതാണ്. എന്നാൽ വർഗവിഭജിത സമൂഹത്തിന്റെയും കുടുംബം, സ്വകാര്യസ്വത്ത് എന്നിവയുടെയും ഉത്ഭവത്തോടെ സ്ത്രീ ചൂഷണത്തിനുള്ള വസ്തുവായി. ചൂഷകവ്യവസ്ഥകളുടെ വികാസത്തോടെ ലോകമിന്ന് എത്തിച്ചേർന്നിരിക്കുന്നത് ജൈവവ്യവസ്ഥയുടെ താളം തെറ്റിച്ച അവസ്ഥയിലാണ്. അതിന്റെ സ്വാഭാവികത വീണ്ടെടുക്കാൻ, പ്രപഞ്ചത്തിന്റെ സഹജാവസ്ഥയെ സംരക്ഷിക്കാനുള്ള കാഴ്ചപ്പാടാണല്ലോ ജൈവനീതി ദർശനം.

സ്ത്രീയെയും പ്രകൃതിയെയും ചൂഷണവിധേയമാക്കുന്ന ഉപഭോഗസംസ്കാരത്തിനെതിരെയുള്ള പ്രതിരോധം ജൈവനീതി ദർശനത്തിന്റെ അന്തഃസത്തയാണ്. ഫെമിനിസം ലക്ഷ്യമാക്കുന്നതുപോലെ പുരുഷനിൽനിന്നുള്ള സ്ത്രീവിമോചനല്ല; സ്ത്രീ-പുരുഷ സഹവർത്തിത്വമാണ് ജൈവനീതിദർശനം ആഹ്വാനം ചെയ്യുന്നത്. സൂക്ഷിക്കാനും സംരക്ഷിക്കാനും കഴിയുന്ന സ്ത്രൈണ സത്തയിലേക്കുള്ള മടക്കമാണിത്. ഈ മനോഭാവത്തിലൂന്നുന്ന ദർശനം പുരുഷ വിരോധപരമല്ല. ഈ മൂല്യബോധമാണ് പി കവിതയിലെ സ്ത്രീ ചിത്രീകരണത്തിൽ കാണാൻ കഴിയുക.

സ്ത്രീയിൽ പി കണ്ടത് പ്രകൃതിസൗന്ദര്യമാണ്. പ്രകൃതിസൗന്ദര്യത്തിലെ കവിതയെ യോഗമുറയിലുപാസിക്കുകയായിരുന്നു കവി. (സ്ത്രീയിലെ കവിതയെ ഭോഗമുറയിലുപാസിച്ച മനുഷ്യനെന്ന നിലയിൽ വ്യക്തിജീവിതത്തിൽ പി പുലർത്തിയ സമീപനം വ്യത്യസ്തമായിരുന്നു.) മാതൃദേവതകളുടെയും സ്ത്രൈണതയുടെയും ധാരാളം കഥാപാത്രങ്ങൾ പി കവിതയിലുണ്ട്.

പി യുടെ കഥാകാവ്യങ്ങൾ നായികാപ്രധാന(*പ്രായശ്ചിത്തം* ഒഴികെ)മാണ്. ആയിഷ, സതി, സുഭദ്ര, അനാർക്കലി, ചിന്നമാളു, രാധ, ഛായ എന്നിങ്ങനെ പേരെടുത്തുപറഞ്ഞതും പേരു പറഞ്ഞിട്ടില്ലാത്തവരുമായ നായികമാരുണ്ട്. എല്ലാവരും പ്രിയന്റെ ഇച്ഛയ്ക്കും സുഖത്തിനും വേണ്ടി എന്തു ത്യാഗത്തിനും ഒരുക്കമുള്ള 'നിഷ്ഠ' യുള്ള സ്ത്രീകളാണ്. ഇവരിൽ പലരും വിരഹിണികളാണ്. ആ വിരഹദുഃഖം സഹിച്ചുകൊണ്ട് പ്രിയന് മംഗളം നേരാൻ മാത്രമായി ജീവിച്ചിരിക്കുന്നവർ. എന്നാൽ ചില നായകന്മാരാകട്ടെ, നായികമാരുടെ ഈ 'സ്വഭാവഗുണ'ത്തിൽനിന്ന് മുതലെടുത്തു വഴിമാറിപ്പോകാൻ മടിച്ചിട്ടില്ലാത്തവരാണ്.

രാമായണത്തിലെ സീതാപരിത്യാഗഘട്ടം മുൻനിർത്തി ഒരു വിചാരണ(*വരഭിക്ഷ*)യും പി നടത്തുന്നുണ്ട്. ഇതിനായി തുളസിദാസ്, കുമാരനാശാൻ, ഭവഭൂതി എന്നിവരെ പി ആശ്രയിക്കുന്നു. എന്നാൽ രാമോപാലംഭം നടത്താൻ സീതയെ അനുവദിക്കുന്നില്ല. രാമന്റെ സഹോദരിയായ ശാന്ത എന്ന കഥാപാത്രത്തെ ഇക്കവി കൊണ്ടുവരുന്നു. പി കവിതയിലെ സീത സാത്വികയും ശാന്തസ്വരൂപിണിയുമാണ്. ശാന്തയാകട്ടെ 'മൂന്നാംതരം' സ്ത്രീയുടെ ഭാഷയിലാണ് രാമനോട് സംസാരിക്കുന്നത്. ആശാൻകൃതിയിലേതുപോലെ രാമനുപരി ശോഭിക്കുന്ന സീതയെ പി യുടെ രചനയിൽ കാണുന്നില്ല. സീതാ - രാമ ജീവിതചിത്രണത്തിലൂടെ, സ്ത്രീപുരുഷസമന്വയം എന്ന ദർശനമാണ് കവി അവതരിപ്പിക്കുന്നത്. 'ഒന്നാക്കിത്തീർത്തിവരെ ക്കാട്ടിലേകാന്ത ജീവിതം' എന്ന തത്വമാണ് കവി പറയുന്നത്.

പുരുഷത്വം എന്ന അവസ്ഥയോട് ആസക്തിയോ വിദ്വേഷമോ ഇല്ലാത്ത ഒരാദിമ സ്ത്രീത്വമാണ് *സൗന്ദര്യപൂജ*യിലെ 'ശ്രീശങ്കര കുടുംബിനി'യായ മഹാദേവി. യുധി വിക്രമയായ മഹാദേവിയ്ക്ക് പിതാവ് അല്ലെങ്കിൽ പതിയുടെ രൂപത്തിൽ പുരുഷനായകനില്ല.

അതുകൊണ്ടുതന്നെ ഈ കവിത വ്യത്യസ്തമായ മാതൃകഥയാണ്. ക്ലാസിക് - റൊമാന്റിക് ശൈലിയിൽ സ്ത്രീയെ അംബയും ദേവിയും കന്യകയും മറ്റുമായി പ്രതിഷ്ഠിക്കുന്ന നിരവധി പരാമർശങ്ങൾ പി കവിതയിലുണ്ട്.

നാവാമുകുന്ദക്ഷേത്രത്തിലെ തിരുനടയിൽ ദ്വാരപാലികകളെപ്പോലെ നിൽക്കുന്ന രണ്ടു കൽപ്രതിമകൾ ആവശ്യപ്പെട്ടപ്പോഴാണ് മലനാടൻ മങ്കമാരുടെ വീരാപദാനത്തെക്കുറിച്ച് കവി പാടുന്നത്.

ഏതുമേ നോവിക്കയില്ലയെൻ സ്പർശന-
മേതും കറുപ്പിക്കില്ലെൻ ചുംബനം
നൂതനമംബേ, നിൻ തൃച്ചേവടികളിൽ
ഞാനടിയറവെച്ചൂമജ്ജീവിതം

(*സൗന്ദര്യം*)

പ്രകൃതി, ദേവി, സ്ത്രീ എന്നിവയുടെ പരസ്പരപൂരകമായ ബന്ധത്തെക്കുറിച്ച് സാമ്പ്രദായികമട്ടിലാണ് പി എഴുതിപ്പോന്നിട്ടുള്ളത്. പ്രകൃതിയെ സ്ത്രീയോട് താദാത്മ്യപ്പെടുത്തുന്ന ചിത്രീകരണമാണ് അവയിൽ മിക്കതും. ഇത് കേവലമായ താല്പര്യത്തിന്റെ പുറത്ത് എഴുതിപ്പോയതല്ല; ജൈവനൈതികതയുടെ സംരക്ഷണം എന്ന കാഴ്ചപ്പാടിന്റെ തെളിച്ചം നിലീനമാണ്. ലോകത്തിനു നേരെ നിവർന്നു നിൽക്കുന്ന 'കരുത്തുറ്റ' നായികമാർ പിയുടെ കാവ്യലോകത്തില്ല. ലിംഗനീതിസംബന്ധിയായ പുതിയ കാലത്തിന്റെ ഭാഷയും ആവിഷ്കാരവും അതിൽ പ്രത്യക്ഷമല്ല. ജൈവനീതിയുടെ സുസ്ഥിതി എന്ന ലക്ഷ്യത്തിന്റെ ഭാഗമായാണ് പി കവിത ലിംഗനീതി പ്രശ്നങ്ങളെ സമീപിച്ചിട്ടുള്ളത്.

ബാലനീതിയും മാതൃ-പുത്രബന്ധവും

കുട്ടികളുടെ അവകാശങ്ങളും മാതൃ-പുത്രബന്ധങ്ങളിലെ ധാർമ്മികതയും സംബന്ധിച്ച ചർച്ചകൾ ജൈവനീതി ദർശനത്തിന്റെ മണ്ഡലത്തിൽ സജീവമാണ്. ഇതു സംബന്ധിയായ സംവാദം പി കവിതയിലും ഇടം പിടിച്ചിട്ടുണ്ട്. ജനിച്ചുവീഴുന്ന ഓരോ ശിശുവിന്റെയും, ഗർഭസ്ഥശിശുവിന്റെയും ജീവിതം വിലപ്പെട്ടതാണ്. അവർക്കുമുണ്ട് അവകാശം എന്നത് ഇന്ന് സ്വീകരിക്കപ്പെട്ട പൊതുബോധമാണ്. പ്രബലമായ ധാരണയല്ലെങ്കിലും, കുട്ടികളെപ്പറ്റിയുള്ള ഉത്കണ്ഠകൾ പി കവിതയിൽ ജീവസ്സുറ്റതായുണ്ട്. 'അമരന്മാരായ ദേവന്മാർ നിവേദ്യത്തിൽ മൂടിക്കിടക്കുമ്പോൾ ഇളം കിടാങ്ങൾ പട്ടിണികിടന്നു' മരിക്കുന്നതിനെക്കുറിച്ചുള്ള വേവലാതി 'ഭക്തകവി'യിൽ നിന്നാണ് ശക്തമായി ഉയരുന്നതെന്ന് ശ്രദ്ധിക്കണം. അയൽക്കാരന്റെ പിഞ്ചുകിടാങ്ങൾ പട്ടിണിത്തീയിൽ വേവുമ്പോൾ നെല്ലറ പൂട്ടി, താക്കോൽ മടിയിൽത്തിരുകി, കരിഞ്ചന്തപ്പണച്ചാക്കിനു മുകളിൽ കിടന്നുറങ്ങുന്നവനെ നോക്കി പി കവിത വിളിച്ചു പറയുന്നു:

ചുടലച്ചെകുത്താനേ, നീ എന്റെ മകനല്ല!
ഞാൻ നിന്റെ അമ്മയുമല്ല!

(പുല്ലുമാടത്തിന്റെ പാട്ട്)

'നിത്യമാം മാതൃ-പുത്രബന്ധം' എന്ന തലത്തിൽ, അമ്മയും മക്കളും തമ്മിലുള്ള ബന്ധത്തെക്കുറിച്ച് പാരമ്പര്യധാരണകളെ പി കവിത ശക്തമായി ആവിഷ്ക്കരിക്കുന്നുണ്ട്. അദ്ദേഹത്തിന്റെ ചില കവിതകളിൽ നാടുവിട്ടുപോയ മകനെയോർത്ത് കണ്ണീർ വാർക്കുകയും മധുരസ്മരണകളയവിറക്കുകയും ചെയ്യുന്ന മാതാവിനെ

കാണാം. അതുപോലെ, അമ്മയെയും വീടിനെയും നാടിനെയും മറന്നന്യനാട്ടിലലയുന്ന മകനെയും. ഇത് അമ്മ, ഭാര്യ, വീട്, നാട് - ഇവ വിട്ടുനടന്ന കവിയുടെ സ്വന്തം കഥ മാത്രമായി ധരിച്ചുപോകരുത്. പ്രകൃതിമാതാവിനെ ഉപേക്ഷിച്ച് ഭാഗം വാങ്ങിപ്പോയ ആധുനിക മനുഷ്യനെയും, മാതൃഭൂമിയുടെ സംസ്കാരലാളനകളെ ഉപേക്ഷിച്ച് പാശ്ചാത്യ പരിഷ്കാരഭ്രമം കൂടിയ മക്കളെയും കൂടിയാണ് ചിത്രീകരിച്ചിട്ടുള്ളത്.

സൂര്യനെ മഹാപിതൃബിംബം എന്ന നിലയിൽ ആരാധിക്കുമ്പോഴും, 'ബന്ധപാശങ്ങൾ മുറുകുന്ന ചേതനയുടെ നൊന്തു കരഞ്ഞുകൊണ്ടുള്ള വിളി കേൾക്കുന്ന' അമ്മയാണ് (*മാതൃചരണങ്ങളിൽ*) കവിയ്ക്ക് എന്നും ആശ്രയം. ഭൗതികജീവിതത്തെ മാതൃബിംബങ്ങളോടാണ് സാമ്യപ്പെടുത്തുന്നത്. സാധാരണജീവിതത്തിന്റെ വൈകല്യങ്ങൾ മൂലമുളവാകുന്ന എല്ലാ വേദനകളെയും അമ്മയുടെ കണ്ണുനീരിനോടാണ് ഏകീഭവിപ്പിക്കുന്നത്. ജന്മം നൽകിയ അമ്മയെ മറക്കാതെ കർമ്മമാർഗ്ഗത്തിലേക്കു തിരികെ വരുന്നത് 'കടം വീട്ടലാ'ണ്. അങ്ങനെ മാതാവിനോടുള്ള കടം വീടാത്ത പുത്രന്റെ പ്രതിരൂപം പി യുടെ പല കവിതകളിലും കാണാം. *മംഗളാശംസ*യിലും മറ്റും അമ്മയോടുള്ള കടപ്പാട് മറന്നവരോടുള്ള പ്രതിഷേധം മുഴങ്ങുന്നുണ്ട്.

കാണാതെ കണ്ണുനീർ വാർത്തി-ട്ടിത്ര
ക്കാലമായ്ക്കാണാതിരുന്നിട്ടും
പെറ്റമ്മതൻ മുഖം കാണാ-നൊന്നു
വന്നില്ല, നീ പൊന്മകനേ!
വരുന്നു ഞാൻ നരബലി
നൽകുവാൻ വീട്ടുവാൻ കടം.

(*നരബലി*)

വീട്ടാൻ കഴിയാത്ത കടങ്ങൾ നിലനിൽക്കുന്നത് മനുഷ്യരുടെ സ്വാർത്ഥതയുടെ ഫലമായാണെന്നാണ് കവിയുടെ നിഗമനം. ജീവിതത്തെ കടംവീട്ടലായിക്കാണുന്നതിൽ പി യുടെ ജീവിതം തന്നെയുണ്ട്. മൺകുടത്തെ പ്രകൃതിമാതാവും (ജനനി, ജന്മഭൂമി, ഭൂമാതാവ് എന്നിങ്ങനെ 'അമ്മ' വരുന്നുണ്ട്.) മായക്കുശവനെ ബ്രഹ്മാവുമായി പരിഗണിക്കുന്ന കവി, മൺകുടത്തിന്റെ വില നൽകാതിരിക്കുന്നത് ഭവിഷ്യത്താണെന്ന് അമ്മയെക്കൊണ്ട് മകളെ ഓർമ്മിപ്പിക്കുന്നു.

തുടർന്നിതു ജനനിയാൾ മനം വെന്തു; കടംകൊണ്ട
കുടത്തിന്റെ വിലയിന്നു കൊടുക്കണം നീ.
ഞൊടിയിട കൊണ്ടു നമ്മളറിയാതൊരു ദിനം
ഉടഞ്ഞുപോം കുടം; കടമവശേഷിക്കും.

(*മൺകുടത്തിന്റെ വില*)

മനുഷ്യശരീരവും കടംകൊണ്ട കുടമാണ്. ആ മൺകുടം കൊണ്ട് നനച്ചിട്ടാണ് മനുഷ്യന്റെ വിഭവസമൃദ്ധി മുഴുവൻ ഉണ്ടായത്. അത് നിർമ്മിച്ച കുശവന് (പ്രപഞ്ചത്തിന്) അതിന്റെ വില കൊടുക്കണം. വ്യക്തിയുടെ നിലനിൽപ്പ് സമൂഹത്തിന്റെ സത്തയോട് കടപ്പെട്ടിരിക്കുന്നു. വ്യക്തികളുടെ പ്രതിഭ സമൂഹത്തിന്റെ കടമാണ്. ആ വ്യക്തിസിദ്ധിയെ സമൂഹോൽക്കർഷത്തിനായി പ്രയോജനപ്പെടുത്തുമ്പോഴേ കടം വീട്ടലാകുന്നുള്ളു. ആ കടബാധ്യത വിസ്മരിച്ച്, ചരാചരങ്ങളെ പോറ്റുന്ന പ്രകൃതിജനനിയെ പുറത്താക്കുന്നവന്റെ 'ഘോരനരക നെറുകെ പിളർക്കുവാനല്ലെങ്കിൽ പിന്നെയെന്തിനു വജ്രായുധം' (*വിളിച്ചു ചോദിക്കട്ടെ*) എന്നു രോഷത്തോടെ കവി ചോദിക്കുന്നു.

മാതൃഭാഷ, മാതൃഭൂമി, ഗ്രാമജനനി, പെറ്റമ്മ എന്നീ ബിംബങ്ങളും മാതൃചൈതന്യത്തിന്റെ വിവിധ ഭാവങ്ങളായി പി കവിതയിലെ മ്പാടുമുണ്ട്. 'പെറ്റമ്മ തന്റെ ചുടുമിഴി നീർക്കണ/മിറ്റിറ്റു വീഴും ഭവനം തളിർക്കുമോ?' (*കാളിദാസന്റെ പെറ്റമ്മ*) എന്നു ശങ്കിക്കുന്ന കവി, 'പെറ്റമ്മതൻ ശത്രുവായി/ വളരും ഞാൻ മരിക്കണം' (*നരബലി*) എന്ന് ആത്മപീഡനത്തിന്റെ ഭാഷയിൽ പറയുന്നു. മാതൃബിംബത്തോടിണങ്ങിച്ചേർന്ന എന്തിനോടുമുള്ള ഈ ആത്മൈക്യം ഒരു തരം മദർ - ഫിക്സേഷൻ തന്നെയാണ്. (*പി യുടെ ദർശനം* - ഡോ.എം.ലീലാവതി). പി യുടെ ദേശാഭിമാനം പോലും മറ്റുള്ളവരുടേതുപോലെ സ്വരാജ്യസ്നേഹ (പാട്രിയോട്ടിസം)മല്ല, മാതൃഭൂദേവാർച്ചന (മാട്രിയോട്ടിസം)യാണ്; അമ്മയോടുള്ള രക്തബന്ധത്തിലുറച്ച സ്നേഹമാണ്.

വിദ്യാഭ്യാസം, ഭാഷ, സംസ്കാരം

ജൈവവൈവിധ്യനഷ്ടം ഭാഷകളുടെ തിരോധാനത്തിനും സാംസ്കാരികവൈവിധ്യനഷ്ടത്തിനും കാരണമായേക്കും. ജൈവനീതി ദുർബലമാകുമ്പോൾ ഭാഷയുടെയും സംസ്കാരത്തിന്റെയും സ്വാഭാവികതലങ്ങൾ കൂടി ദുർബലമാകും. ഇന്നത്തെ വിദ്യാഭ്യാസക്രമത്തിന്റെ പല രീതികളും ഇളംമനസ്സുകളെപ്പോലും ദുരാഗ്രഹികളാക്കുന്നു. പ്രകൃതിയുമായുള്ള നാഭീനാളബന്ധം ഉറപ്പിച്ചുമാത്രമേ മനുഷ്യന് സാംസ്കാരിക - രാഷ്ട്രീയ-നൈതിക സ്വത്വത്തിലേക്കെത്താനും സ്വതന്ത്രമാകാനും സാധിക്കൂ. ജൈവനീതിയുടെ ഈ ആശയലോകമാണ് ഭാഷ, സംസ്കാരം, വിദ്യാഭ്യാസക്രമം എന്നിവ സംബന്ധിച്ച പി നിലപാടുകളിലുള്ളത്.

നിലനിൽക്കുന്ന വിദ്യാഭ്യാസക്രമം ജൈവനീതിദർശനത്തിന്റെ അടിസ്ഥാനധാരണകളെ ദുർബലപ്പെടുത്തുന്നതാണ്. മനുഷ്യത്വമില്ലായ്മയെയും അനീതിയെയും മത്സരാധിഷ്ഠിത സാമൂഹിക ബന്ധങ്ങളെയും ഉറപ്പിച്ചെടുക്കുന്നതാണ് ഇന്നത്തെ വിദ്യാഭ്യാസ സമ്പ്രദായത്തിന്റെ പ്രബലതലം. 'വംശവൃത്തിയുടെ കൈകാൽ വെട്ടുന്ന വിദ്യാഭ്യാസ' ത്തിന്റെ വിപത്തിനെപ്പറ്റി പി മുന്നറിയിപ്പ് നൽകിയിട്ടുണ്ട്. ബോധത്തെ മലിനീകരിക്കുന്ന ഈ വിദ്യാഭ്യാസക്രമത്തെ പി കവിത കഠിനമായി എതിർക്കുന്നു:

ഫുല്ലമായി വികസിക്കും വാസനകളെ
ഞെക്കിക്കൊല്ലുമീ
വിദ്യാഭ്യാസമെന്തൊരു വിദ്യാഭ്യാസം!

അധ്വാനത്തിന്റെ മഹത്വത്തെ പുച്ഛിക്കുന്ന, യുവത്വത്തെ നിരാധാരമാക്കുന്ന ബലൂൺ വിദ്യാഭ്യാസക്രമത്തെപ്പറ്റി പി എത്രയോ തവണ എഴുതിയിട്ടുണ്ട്. ഈ വൈപരീത്യത്തിനു കാരണം

പൊളിഞ്ഞ വിദ്യാഭ്യാസ സമ്പ്രദായമാണ്. ശ്വാസംമുട്ടിച്ചു കൊല്ലുന്ന ഈ വിദ്യാഭ്യാസ രീതി കണ്ട് അധ്യാപകൻ കൂടിയായ കവി ആശ്ച ര്യപ്പെടുന്നു. (തന്റെ വിദ്യാർത്ഥികൾക്ക് കളിക്കൂട്ടുകാരനും പിതൃ തുല്യനും ആചാര്യനുമായിരുന്നു പി.) 'ഇരന്നു നടക്കാൻ നാടു വെറുക്കാൻ/ഗുളിക വിഴുങ്ങി കൂടുവിടാൻ' (*പായ്ക്കപ്പൽ വിളിക്കു ന്നു*) സമ്മതപത്രം നൽകുന്നതാണ് ഇന്നത്തെ വിദ്യാഭ്യാസം.

അമ്മയുടെ പണ്ടങ്ങളും പടിക്കലെപ്പാടവും വിറ്റുനേടിയ ആംഗ്ലേ യ കലാശാലാബിരുദം നിഷ്ഫലമായതിന്റെ അനുഭവമാണ് *കീർത്തി മുദ്രയിൽ* വിവരിക്കുന്നത്. പട്ടിണി കിടക്കുവാൻ തന്ന ആ സമ്മത പത്രം അയാൾ തീയിൽ ചുട്ടെരിച്ചു. ചരിത്രപരവും സാംസ്കാരി വുമായ മൂല്യങ്ങളെക്കുറിച്ച് ഇന്നത്തെ വിദ്യാർത്ഥിക്ക് എന്തറിയാം! 'നിത്യം ശിശുക്കളെക്കൊന്നു നടക്കുമിപ്പൂതന' യെന്നാണ് സർഗ ശക്തി ക്ഷയിപ്പിക്കുന്ന 'നപുംസക വിദ്യാഭ്യാസ'ത്തെ കവി വിശേ ഷിപ്പിക്കുന്നത്. സ്വന്തം സംസ്കാരത്തിൽനിന്നും ഭാഷയിൽനിന്നും അന്യവൽക്കരിക്കപ്പെടുന്ന ഒരു ജനതയ്ക്കും ഭാവിയില്ലെന്ന് പി കവിത സ്പഷ്ടമായി പറഞ്ഞുവയ്ക്കുന്നു.

ഭാഷയും സംസ്കാരവും സംബന്ധിച്ച പ്രശ്നങ്ങളെക്കുറിച്ച് പി കവിത നിരന്തരം സംവദിക്കുന്നുണ്ട്. മാതൃഭാഷയായ മലയാളം കവിയ്ക്ക് എന്നും അഭിമാനം പകർന്നു, സംസ്കാരത്തിന്റെ പ്രതീ കമായി സംസ്കൃതത്തോട് മമതയും പുലർത്തി. ഔദ്യോഗികഭാഷാ നയത്തെ നിശിതമായി വിമർശിച്ചു:

> *മനോഹരമായ മലയാളഭാഷയുടെ, ഭാഷാകവിതയുടെ കശാപ്പുശാലകൾ. അതാണിന്നത്തെ പള്ളിക്കൂടങ്ങൾ. ലോകത്തിലെ എല്ലാ ഭാഷയേയും ഞാൻ സ്നേഹി ക്കുന്നു. എല്ലാ സാഹിത്യത്തേയും സ്നേഹിക്കുന്നു. ഇന്ത്യൻഭാഷകളെ സ്നേഹിക്കുന്നു. എല്ലാറ്റിനും മീതെ ഞാൻ മാതൃഭാഷയെ സ്നേഹിക്കുന്നു. പെറ്റമ്മയെ സ്നേഹിക്കുന്നു. കാരണമിതാണ് - വീട്ടുചോറില്ലാ ത്തവന് വിരുന്നുചോറില്ല. ലോകഭാഷകളോടൊപ്പം ഇംഗ്ലീഷ് ഇവിടെ കഴിയട്ടെ. എന്നാൽ സായിപ്പ് ഇന്ത്യ യെ ഇന്ത്യയല്ലാതാക്കാൻവച്ച ഈ വിദ്യാഭ്യാസ രീതി- ഈ കെണി തച്ചുടയ്ക്കണം. ടാഗോർ ഇറങ്ങി. ഗാന്ധിജി അതിന്നൊരുങ്ങി. പിൻഗാമികൾ അടിമത്തം*

കോൺക്രീറ്റിട്ടുറപ്പിച്ചു. നാട്ടുഭാഷകൾ വിദേശഭാഷ
യുടെ മിറ്റമടിപ്പെണ്ണുങ്ങളാണ്.
(എന്നെത്തിരയുന്ന ഞാൻ)

എത്ര സമ്യക്കാണ് പി യുടെ ഭാഷാനയം. മാതൃഭാഷാസ്നേഹം ഇവിടെ സങ്കീർണ്ണമല്ല. ഒരു ഭാഷയോടും അപ്രീതിയില്ല. പെറ്റമ്മയെയും ചിറ്റമ്മയെയും മുത്തശ്ശിയെയും തുറുങ്കിലാക്കി, മക്കൾ പ്രൗഢയായ ഹണി(ഇംഗ്ലീഷ്)ക്കുവേണ്ടി കടം വാങ്ങി പണ്ടം പണിയുന്ന സ്ഥിതിയെയാണ് പി കവിത വിമർശിക്കുന്നത്.

കഴൽ തൊട്ടർച്ചിക്കേണ്ടും മാതൃഭാഷയെയിന്നും
വിഴുപ്പു തിരുമ്മുന്ന ദാസ്യവേലയ്ക്കായ് നീക്കി
കാളപന്നഗഫണമണിയും ചെമ്പൻമുടി
നീളവേ കാറ്റിൽച്ചിന്നും ഹുണഭാഷയെ വേട്ടു
സംസ്കാരമടിശ്ശീല കൈമോശമായി പാടേ
(തുഞ്ചൻപറമ്പിൽ)

ഇംഗ്ലീഷ്ഭാഷയുടെയും സംസ്കാരത്തിന്റെയും അതിപ്രസരം ഗ്രാമസംസ്കാരത്തെ തകർത്തുകളഞ്ഞുവെന്ന് കവി നിരന്തരം സങ്കടപ്പെടുന്നു.

ചാടുവാക്കുകളോതി ശ്ലീമദല്ലാളിവർഗ്ഗം
നാടെങ്ങുമാംഗ്ലേയത്തിൻ കോട്ടകളുറപ്പിച്ചു
നിറയുന്നനുദിനം നാടിനെച്ചെറുക്കുവാൻ
കറുപ്പും വെളുപ്പുമല്ലാത്തതാം ശീമപ്പട...
പെറ്റനാടിന്റെ സംസ്കാരങ്ങളെ വളയുന്നു...
(ഗാന്ധിഗ്രാമം - അതെവിടെ?)

ഈ ശീമമൂശയിൽ വാർത്തെടുക്കുന്ന കൃത്രിമ വിദ്യാലയത്തിന്റെ വാതിലടക്കണം.

'ഉന്നത ഡിഗ്രിയെടുത്ത ഞാൻ പാടത്തിറങ്ങുമോയെന്ന് തീർത്തുരയ്ക്കുന്ന പുതുകലാശാലകൾ വാർത്തുവിടുന്ന കറുത്ത മദാമ്മമാരെ സൃഷ്ടിക്കുന്ന' ഇന്നത്തെ വിദ്യാഭ്യാസ രീതി ഉടച്ചുവാർക്കണം. അതിന്റെ മാതൃക, ജനങ്ങളുടെ ഭാഷയിൽ ഭരണവും വിദ്യാഭ്യാസവും കൈകാര്യം ചെയ്തുപോരുന്ന വിപ്ലവ റഷ്യയിൽനിന്നും ചൈനയിൽനിന്നും പഠിക്കാമെന്ന് പി പറയുന്നു.

ചിന്തകൾ കൊയ്തേറ്റി റഷ്യയും ചീനയും
സ്വന്ത സംസ്കാരം തിളയ്ക്കുന്ന ഭാഷയാൽ
(ഇന്നത്തെ പത്രവായന, 1960)

ഇന്ത്യയെപ്പോലെ ബ്രിട്ടീഷുകാരിൽനിന്ന് സ്വാതന്ത്ര്യം നേടിയ ശ്രീലങ്ക ഇംഗ്ലീഷിന്റെ സ്ഥാനത്ത് സിംഹളഭാഷയെ അവരോധിച്ചു. ഈ വാർത്തയറിഞ്ഞ ഭാരതമാതാവ്, തനിക്ക് സിദ്ധിക്കാത്ത ഭാഗ്യം ലഭിച്ച സഹോദരിയെ- സിംഹളഭൂമിയെ -അഭിനന്ദിക്കുന്നു. അതാണ് *മംഗളാശംസ*യിൽ പറയുന്നത്. മാതൃഭാഷയ്ക്ക് പ്രാധാന്യം സിദ്ധിക്കുന്ന സ്വതന്ത്ര വിദ്യാഭ്യാസപദ്ധതിയില്ലാത്ത നാട്ടിൽ സ്വാതന്ത്ര്യം കരിനിഴൽ മാത്രമായിരിക്കുമെന്ന ഉത്കണ്ഠയും പി പങ്കിടുന്നു.

> മനോരാജ്യം കൈയടക്കി വാഴുമാംഗ്ലേയഭാഷതൻ
> ദാസിയായ്ക്കഴിയും നാട്ടുഭാഷതൻ മകനാണിവൻ!
> ഒരു വേലക്കാരിയുടെ മകനായ് ഞെളിയുന്നിവൻ
> കറുത്ത വെള്ളക്കാർ മാറ്റിനിറുത്തി പാട്ടുകാരനെ...
> എവിടെക്കവി? ചോദിച്ചിതാരോ; കവി കിടക്കയാം;
> സ്വാതന്ത്ര്യത്തിൻ തേർവലിക്കാൻ കൈകഴച്ചവനിക്കവി;
> ഇന്നേതോ കമ്പനിക്കോണിൽ കൂലിവേലയ്ക്കു-
> നിൽക്കയാം!
>
> (*കവിയുടെ കണ്ണുനീർ*)

'അന്യന്റെയവയവം കൊണ്ടു ഭാഷണം, ശ്വാസ,മന്യന്റെ തല കൊണ്ടു ചിന്ത-എന്തപമാന' മെന്നു സഹതാപാർദ്രമായി കവി വേപഥു കൊള്ളുന്നു. സാംസ്കാരികമഹിമയുടെ സംരക്ഷണത്തിനു വേണ്ടി വിട്ടുവീഴ്ചയില്ലാത്ത കൂറും വാശിയും പി കവിത പ്രകടിപ്പിക്കുന്നു.

ജനാധിപത്യം, ജനകീയാധികാരം

പൊയ്പ്പോയ ജനാധിപത്യം

ജൈവനീതിദർശനത്തിൽ ഉൾച്ചേർന്നിരിക്കുന്നതാണ് ജനാധിപത്യബോധം. ജനകീയ പ്രതിരോധശാസ്ത്രമാണത്. നിലവിലുള്ള ഭരണവ്യവസ്ഥകൾ ജനവിരുദ്ധമാകുന്നേടത്ത്, ജൈവനൈതികതയിലൂന്നിയ വ്യവസ്ഥാമാറ്റം എന്ന രാഷ്ട്രീയസമീപനം അത് കൈക്കൊള്ളുന്നു. ജനാധിപത്യസ്ഥാപനങ്ങളുടെ വിശ്വസനീയത നഷ്ടപ്പെടുന്നതിൽ ഈ ദർശനം ഉത്കണ്ഠയുളവാക്കുന്നു. പരിമിതമായ അർത്ഥത്തിലുള്ള ദൗത്യനിർവ്വഹണത്തിൽ പോലും 'ഇന്നത്തെ ജനാധിപത്യം' പരാജയമാണ്. ഈ വിപര്യയം ജൈവനീതിയെ ദുർബലമാക്കുന്നു. ഇത്തരം രാഷ്ട്രീയകാര്യങ്ങൾ *നരബലി, മൂത്ത മൂശാരിയോട്, നിലാവേ വരൂ, മാതൃചരണങ്ങളിൽ, ഗാന്ധിഗ്രാമം അതെവിടെ?, ഗാമയുടെ കപ്പൽ, മെക്കാളെയുടെ മകൾ* തുടങ്ങിയ പി കവിതകളിൽ ചർച്ച ചെയ്യുന്നുണ്ട്. അധിനിവേശം, നവനാഗരികത, അധികാര നിർവ്വഹണത്തിലെ ജനദ്രോഹം തുടങ്ങിയ വിഷയങ്ങൾ ഈ കവിതകളിൽ പ്രതിപാദിക്കുന്നുണ്ട്. ഭരണകൂടത്തിന്റെ അമാനവീകരണം പി കവിതയിൽ നിർദ്ദയം വിമർശനവിധേയമായിട്ടുണ്ട്.

'നികുതിപ്പണംകൊണ്ട് ഖജാനയുടെ കുമ്പ വീർപ്പിക്കുന്ന ജനതയാകുന്ന വൃക്ഷത്തിന്റെ വേര് വെള്ളത്തിനായി കേഴുന്നു. തോട്ടം നനയ്ക്കുന്ന കൂട്ടരാവട്ടെ മാമരച്ചില്ലയിൽ വെള്ളമൊഴിക്കുന്നു' (*വെള്ളം വെള്ളം*). ജനാധിപത്യത്തിന്റെ പൊയ്മുഖം വച്ചു കളിക്കുന്ന സ്വേച്ഛാധിപത്യത്തെ നാടിന്റെ ശത്രുവായി പി കവിത കാണുന്നു. പിറന്ന നാടിന്റെ 'സങ്കല്പ സുന്ദരങ്ങളായ ആ ദിവസങ്ങൾ, സ്വാതന്ത്ര്യത്തിന്റെ വിരിമാറിലോടിക്കളിച്ച ആ മധുര ദിവസങ്ങൾ,

ദിവ്യസുഖത്തിന്റെ നീർപ്പൊയ്കയിൽ നീന്തിക്കളിച്ച ആ ദിവസങ്ങളെ നശിപ്പിച്ച 'മന്ത്രി പുംഗവന്മാരോട്' ഒടുങ്ങാത്ത അമർഷം തന്നെയുണ്ട്.

കാറിലേറിയ മന്ത്രിപുംഗവന്മാരെക്കാളും
കാരുണ്യം നഗരത്തിൻ പൈപ്പുകളെന്നിൽ കാട്ടി

സ്വാതന്ത്ര്യാനന്തരം, ദേശീയ പ്രസ്ഥാനത്തിന്റെ പ്രതീക്ഷകൾ തകർക്കപ്പെട്ടതും കറുത്ത സായ്പ്പിന്റെ കടന്നുകയറ്റവും അതിന്റെ ദുഷ്ഫലങ്ങളും ആവിഷ്ക്കരിക്കുന്നതിലൂടെ അധികാരക്രമത്തെ പ്രശ്നവൽക്കരിക്കാനാണ് പി കവിത ശ്രമിക്കുന്നത്. തന്റെ കാലത്തെ ജീവിതത്തെ കവി രാഷ്ട്രീയമായി വായിക്കുന്നു.

അന്തസ്സു നിലനിർത്താൻ ഭീമവേതനം പറ്റും
മന്ത്രിപുംഗവരുടെ പൂമേടപ്പടികളിൽ
പുത്തനായേതോ വർഗ്ഗവ്യൂഹമായ് പെരുകുന്നോ-
രുദ്യോഗപ്രഭുത തന്നാപ്പീസുമുറിക്കുള്ളിൽ

വെള്ളക്കാർ പോയിട്ടും അവരുടെ ഭാഷയിലും ഭരണരീതികളിലും അഭിരമിക്കുന്ന 'ജനാധിപത്യ അധികാരികൾ' ക്കെതിരെ പി കവിത രോഷം കൊള്ളുന്നു. 'ഈ നാട്ടിൻ സ്വാതന്ത്ര്യക്കണി മേൽ ജാതിക്കല്ലു മാത്രം! മന്ത്രിയും മൂത്ത ഉദ്യോഗസ്ഥരും മേൽജാതി. നാട്ടുകാർ കീഴ്ജാതി'. (*കവിയുടെ കാൽപ്പാടുകൾ*). ഒരു പിടിയാളുകൾ ഊട്ടുപട്ടന്മാരായി കതകടച്ചിരുന്ന് അധികാരവിഭവം അഷ്ടി കഴിക്കുന്ന സ്വാർത്ഥ ഭരണം കുഴിച്ചുമൂടണം. പ്രപഞ്ചമാകുന്ന ബംഗ്ലാവിന്റെ ഉടമയുടെ കണ്ണുവെട്ടിച്ച് മോഷ്ടിച്ചു കൂട്ടുന്നവരെ ഒടുവിൽ ഒരു തീപ്പൊരി ചുട്ടു ചാമ്പലാക്കുമെന്ന് (*തീപ്പൊരികളുടെ പാട്ട്*) പി പ്രതീക്ഷിക്കുന്നു.

ഏഴതന്നസ്ഥി- നികുതിപ്പണം തിന്നു
കോഴയും പറ്റി തടിച്ചുകൊഴുത്ത ഹോ,
യന്ത്രവും നോട്ടമു, ണ്ടെന്നാൽ ശവം രാഷ്ട്ര-
മന്തരാത്മാവുണരുന്ന നാൾ വരെ

(*ഇന്നത്തെ പത്രവായന*)

ഭരണകൂടം മനുഷ്യനെയും, മനുഷ്യൻ മനുഷ്യനെയും ഇതര ജീവജാലങ്ങളെയും ചൂഷണം ചെയ്യുന്ന മൂർച്ചയേറിയ കാഴ്ച *ചന്ത പിരിഞ്ഞിട്ടും* എന്ന കവിതയിൽ ചിത്രീകരിച്ചിട്ടുണ്ട്. ചമ്മട്ടികൊണ്ടുള്ള അടി കാളകൾക്കുണ്ടാക്കുന്ന വേദനയറിയുന്ന കവി മനസ്സ്

മനുഷ്യകേന്ദ്രിതമായ ഭരണവ്യവസ്ഥയോട് കലഹിക്കുന്നു. ഭാരം ചുമക്കുന്നതും അടി കൊള്ളുന്നതും കാളകളാണെന്നും മനുഷ്യൻ ഇതര ജീവജാലങ്ങൾക്കു നൽകുന്നത് യാതനകൾ മാത്രമാണെന്നുമുള്ള സത്യം കവി വിളിച്ചുപറയുന്നു.

മുട്ടുമടക്കാത്ത ജനത

ദാരിദ്ര്യത്തിന്റെ ആധിക്യത്തിലും രാജസ്തുതി പാടി കാശുണ്ടാക്കാൻ വിസമ്മതിച്ച്, ഭിക്ഷാടനം നടത്തി ജീവിച്ച ത്യാഗരാജ സ്വാമിയുടെ ജീവിതം മുൻനിർത്തി എഴുതിയ *കലാകാരൻ* ഭരണകൂടത്തെ സംബന്ധിച്ച പി കവിതയുടെ ആശയപ്രപഞ്ചത്തെ വെളിപ്പെടുത്തുന്നതാണ്. ഭരണ 'ധനമദഗർവ്വ'ത്തിന്റെ ഔദാര്യത്തിലും വലുത് നിസ്വജനതയുടെ അംഗീകാരമാണെന്ന ജൈവബോധം ഈ കവിത പ്രകടിപ്പിക്കുന്നു. അധികാരസാമ്രാജ്യത്വത്തോടുള്ള നിശിത വിമർശനമായി മാറുന്നുണ്ട് ഇത്. ഭൂമിക്കു ലഭിക്കേണ്ട മന്നവൻ മനുഷ്യത്വമുള്ളവനായിരിക്കണം. മാനവികതയില്ലാതാകുന്നതെങ്ങോ, അവിടെ ചൂഷകർ വിതച്ച ഏതസമത്വവും ഖണ്ഡിച്ചു വീഴ്ത്താനുള്ള ഉടവാളുമായി ഓടിയെത്തുന്നവനായിരിക്കണം (*ഉദയസൂര്യൻ*) ഭരണാധികാരി.

ഉദ്യോഗസ്ഥമേധാവിത്വത്തിന്റെയും പണപ്രഭുക്കളുടെയും അവസരവാദികളുടെയും പിടിയിൽ ഭരണകൂടം അമർന്നിരിക്കുന്നു എന്ന ദുഃഖസത്യം *ഉദ്യാനവിരുന്നിൽ* വിളിച്ചുപറയുന്നുണ്ട്. മന്ത്രിപ്രമുഖരും നാട്ടുരാജാക്കന്മാരും പൗരമുഖ്യന്മാരും നേതാക്കന്മാരും കച്ചവടപ്രമാണിമാരും ഉദ്യോഗസ്ഥ മേധാവി വർഗ്ഗവുമാണ് ഇന്ന് ഭരണകൂടത്തെ നിയന്ത്രിക്കുന്നത്. അത്തരത്തിൽ 'ആസുരവിദ്യാ ഭരണചക്രം, ഭൂതം/മാറ്റിയിപ്പുണ്യപുരാതനഭൂമി'യെ (*നെഹ്റു പാർക്ക്*) എന്ന് ഹൃദയം നുറുങ്ങുംവിധത്തിൽ സങ്കടപ്പെടുന്നു.

മനുഷ്യൻ ചമച്ച കൃത്രിമലോകത്തെ കുപ്പത്തൊട്ടിയായി കരുതി, അതിനെ ചുട്ടെരിക്കുക എന്നു പാടുന്ന *തീപ്പൊരികളുടെ പാട്ട്* ജൈവനീതിബോധത്തിനു നേരെ കവി പിടിക്കുന്ന കണ്ണാടിയാണ്. പട്ടടയിലെ ചെന്തീപ്പൊരിയുടെ പാട്ടിൽ, എട്ടുകാലികളെപ്പോലെ, പാവങ്ങൾ കുടുങ്ങുന്ന അങ്ങാടി വല കെട്ടി, അമർത്യനീതിയുടെ ചുടുചോരയാൽ തടിച്ചു വീർത്ത വൻ കച്ചവടക്കാർ മുതൽ 'തീയിനാൽ വാർക്കും മർത്യ വ്യാമോഹ വൻമേടയ്ക്കു ചായങ്ങൾ

ചമയ്ക്കുന്ന' സാഹിത്യകാരന്മാർ വരെ ചുട്ടെരിക്കപ്പെടേണ്ടവരുടെ പട്ടികയിൽ വരുന്നുണ്ട്.

മണ്ണിൽ ചവുട്ടിനിൽക്കുക.

ദന്തഗോപുരം സ്വയമുപേക്ഷിച്ചുവന്ന പി, തന്റെ കവിതയെ *കളിമണ്ണിൽ നിന്നൊരു കന്യക*യായി കാണുന്നു. കവിത മൺപാത്രം എന്ന പ്രതീകമാകുമ്പോൾ, കവി നിസ്വവർഗ്ഗത്തിന്റെ പക്ഷത്താകുന്നു. മാളികകളിൽ സ്വർണ്ണപാത്രങ്ങളും രജതപാത്രങ്ങളും വില സുമ്പോൾ പണിയാളരുടെ കുടിലുകളിലുള്ളത് മൺപാത്രമാണ്. കർഷകരും മണ്ണിനെ കൊണ്ടാടുന്നു. എത്ര വയലുകൾ, തോപ്പുകൾ - ആ മൺപാത്രത്തിലെ ജലംകൊണ്ട് തഴച്ചുവളരുന്നുണ്ട്. ഭരകൂടത്തിന്റെ ഭീകരമായ കരിനിഴലിൽ, കർഷകമുറ്റത്തിലും കൈത്തൊഴിലുകാരുടെ ഗ്രാമങ്ങളിലും 'പാവന മോഹന സേവന ഭാസുരജീവിതം' എത്തിച്ചത് മൺപാത്രങ്ങളാണ്. വിശന്നുപൊരിയുന്നവന് അന്നവും വേദനിക്കുന്നവന് ആശ്വാസവും കൊടുത്ത്, ഏഴകളുടെ കുടിലുകളിൽ പുലരുന്ന മൺപാത്രം, യഥാർത്ഥത്തിൽ, നാട്ടിൽ പുലരണമെന്ന് കവി ആഗ്രഹിക്കുന്ന ജനകീയാധികാരത്തിന്റെ ബിംബമാണ്.

മനുഷ്യജീവിതത്തിൽ നിഖില ചരാചരപ്രേമത്തിന്റെയും സേവനത്തിന്റെയും ദർശനങ്ങൾ ചേർന്ന് ഒരു നൂതനലോകം വാർക്കാൻ കളിമണ്ണുരുളിയിൽ നിന്ന് ഒരു കന്യക (കവിത) പൊങ്ങിവരട്ടെയെന്ന് കവി പ്രതീക്ഷിക്കുന്നു. പ്രജയാണ് ഏറ്റവും വലിയ ശക്തിയെന്ന സന്ദേശം പ്രകൃതിയും ആവർത്തിക്കുന്ന സന്ദർഭങ്ങൾ തുടിച്ചു നിൽക്കുന്നതാണ് *ഓണക്കാഴ്ച*. ജനാധിപത്യത്തിന്റെ ശരിയായ അർത്ഥം പ്രകൃതി വെളിപ്പെടുത്തുന്നു. ജനാധിപത്യത്തെക്കുറിച്ചുള്ള ദൃഢമായ വിശ്വാസങ്ങളും കവിയുടെ സ്വരാജ്യസങ്കല്പവും വ്യക്തമാകുന്നു. വീടുകളും നാടുകളും ഉറുമ്പുമുൾപ്പെടെ, അഥവാ മനുഷ്യനിൽ നിന്ന് ജീവജാലങ്ങളിലേക്കെല്ലാം കൂടി പരക്കുന്ന വിശാലമായ ജനകീയാധികാരമാണ് പി കവിത ആഗ്രഹിക്കുന്നത്.

ജൈവനൈതികതയുടെ ബിംബസ്ഥലികൾ

'തൃക്കാക്കര'യ്ക്കുള്ള പാത

മനുഷ്യന്റെ കെട്ട നീതിബോധത്തിനു നേരെയുള്ള കനൽവർഷ മാകുന്ന-ജൈവനൈതികതയുടെ പച്ചപ്പിലേക്കുള്ള സൂചകമാകുന്ന വാക്കുകളുടെയും ബിംബങ്ങളുടെയും ഘോഷയാത്ര പി കവിത യിലുടനീളം വ്യാപരിച്ചിട്ടുണ്ട്.

പാരിടമൊറ്റക്കുടുംബമെന്ന
ഭാവന ഓലനിലാവ് തൂകുന്ന-

'തൃക്കാക്കര'യ്ക്കുള്ള പാതയാണ് പി കവിത അന്വേഷിക്കു ന്നത്. വസുധൈവകുടുംബകം എന്ന സങ്കല്പത്തിലും വിശ്വമാന വികത എന്ന വിചാരത്തിലുമൊതുങ്ങുന്നതല്ല പി കവിതയിലെ ജൈവനീതിദർശനം. ആ ദർശനസാന്ദ്രത ലാളിത്യബോധത്തോടെ സമീപിക്കാവുന്ന ഒന്നല്ല. തമസ്സിന്റെ തുറുങ്കിൽ കഴിയുന്ന ചെന്താ മരയുടെ നേത്രതിമിരം കീറി, മൂങ്ങയുടെ മൂളൽ പിടിച്ചു ഞെക്കുന്ന പൈങ്കിളി കൊക്കിലെ പാട്ടുണർത്തി സ്വപ്രഭാവത്തിൽ കരുത്തു കാട്ടുന്ന സൂര്യകിരണങ്ങളോടാണ് - പാൽപ്പുഴ പാടുന്ന വഴികളും പാൽക്കതിരാടുന്ന വയലും കാവിന്നറകളിൽ നിധി കാക്കുന്ന നാഗ ഫണങ്ങളും കണ്ട്, വാൽകിണ്ടിയേന്തി മലയിറങ്ങുന്ന പാർവ്വണ ചന്ദ്രകുമാരിമാരോടാണ് - ചിത്രശലഭങ്ങളോടും നക്ഷത്രങ്ങളോ ടുമാണ് കവി 'തൃക്കാക്കര'യ്ക്കുള്ള പാത അന്വേഷിക്കുന്നത്. ഐക്യപ്രഭാവപ്പൊലിമ പോറ്റുന്ന, സത്യസ്വരാജ്യപ്പൂലരി പൂക്കുന്ന, താരവും മൺതരിയും ഭേദമറ്റു പുലരുന്ന ജൈവനൈതികതയുടെ ശാദ്വലതീരമാണ് പി കവിതയിലെ 'തൃക്കാക്കര'. മാവേലി നാടെന്ന മിത്തിന്റെ അടയാളം പേറുന്ന 'തൃക്കാക്കര' യ്ക്കുള്ള പാത മറന്നി

രിക്കുന്ന മർത്ത്യനീതിയിൽ ആഗ്നേയാസ്ത്രമായി നിപതിച്ച് കത്തുന്നു കവിയുടെ അമർഷം.

ഹിംസതൻ ക്രൂരക്കുടുക്കഴിക്കാൻ
നൊന്തു കരയുന്നു ഭൂതധാത്രി
കുട്ടിക്കു ചെറ്റുനൽകാതെ പൈംപാൽ
ചോർത്തിയെടുത്തു, പാഴ്ച്ചമ്മട്ടിയാൽ
തീറ്റകൾ നൽകി വലിയ്ക്കയത്രേ
മുറ്റും കശാപ്പുകടയിൽ കേറ്റാൻ
ഒട്ടിവയർ, കൊച്ചെലിമ്പുപൊങ്ങി
കറ്റക്കിടാവു നടപ്പു പിമ്പേ!
ദുഷ്ടനായ് വീടു മുടിക്കയത്രേ
മർത്യൻ-ഈ മൂത്തോരു ധൂർത്തപുത്രൻ.

അറ്റകൈയും കറുത്തനായയും

ജീവജാലങ്ങളെ തന്റെ സമൃദ്ധിക്കും ക്ഷേമത്തിനും ആവോളം ചൂഷണം ചെയ്ത്, ഒടുവിൽ നിഷ്ഠൂരമായി കൊലയ്ക്കു കൊടുക്കുന്ന - ഈ ഭൂമിയെത്തന്നെ നാശോന്മുഖമാക്കുന്ന മനുഷ്യന്റെ ക്രൂരനീതിയ്ക്കെതിരെയുള്ള തീവ്രമായ പ്രതികരണം പി കവിതയുടെ ശക്തിയും സൗന്ദര്യവും കൂടിയാണ്. ചിട്ടപ്പെടുത്തിയ സൗന്ദര്യബോധത്തിന്റെ വക്താക്കൾ കർഷകന്റെ കഥ മാത്രമായാണ് *അറ്റകൈയെ* വിലയിരുത്തിപ്പോന്നിട്ടുള്ളത്. എന്നാൽ മനുഷ്യൻ സഹജീവികളോട് കാണിക്കുന്ന പാതകങ്ങളിലേക്ക് ആഞ്ഞുവീശുന്ന കൊടുങ്കാറ്റും ഇടിമുഴക്കവും ആ കവിതയിൽ ചുടലസംഗീതമായി അനുഭവപ്പെടും. വളർത്തുമൃഗത്തെ കുഞ്ഞിനെപ്പോലെ സ്നേഹിക്കുന്ന ഉടമസ്ഥന്റെ സ്നേഹവായ്പ്പിന്റെ, ചാറ്റൽമഴയുടെ സാന്ദ്രനാദവും ആ കവിതയിൽ കേൾക്കാം. തങ്കം കായ്ക്കുന്ന മരം തന്നാൽ പ്പോലും തന്റെ മൂരിക്കുട്ടനെ വിൽക്കുകയില്ലെന്ന് ദൃഢനിശ്ചയമെടുത്ത ഗൃഹനാഥൻ, വീടും പറമ്പും വിൽക്കേണ്ടിവന്നിട്ടും അരുമയായ കുട്ടനെ കൈവെടിഞ്ഞില്ല. അയാൾ ശയ്യാവലംബിയായ സമയത്ത്, വാടകകുടിശ്ശിക നൽകാത്തതിന്റെ പേരിൽ വീട്ടുടമസ്ഥന്റെ ശകാരങ്ങൾ സഹിക്കാനാവാതെ ഗൃഹനാഥ ആ വളർത്തുമൃഗത്തെ വിൽക്കുന്നു. തൊടിയിൽ മേയും മൂരിക്കുട്ടിയെ കൊടുക്കുമോ എന്ന ചോദ്യം കേൾക്കുമ്പോൾ, 'നീണ്ടിടംപെടുന്ന

രണ്ടരുമക്കൺകോണുകൾ മൗനഭാഷയിലേതോ കരുണാർത്ഥന' ചെയ്യുന്നതു കണ്ട ഗൃഹനാഥന്റെ ഭാഷണങ്ങളിൽ മിണ്ടാപ്രാണികളോട് മനുഷ്യൻ കാണിക്കുന്ന ക്രൂരതകൾക്കെതിരായ പൊട്ടിത്തെറിക്കുന്ന വാചാലതയുണ്ട്. ഇതരജീവികളുടെ നിസ്സഹായതയും മനുഷ്യന്റെ സ്വാർത്ഥതയും അവൻതന്നെ രൂപം കൊടുത്ത നീതിയുടെ ന്യായമില്ലായ്മയും പി കവിതയിൽ തീക്ഷ്ണ വിമർശനത്തിന് വിധേയമാകുന്നുണ്ട്.

താനുൾപ്പെടുന്ന സമൂഹത്തിന്റെ (അ)നീതിബോധത്തോടുകൂടി കലഹിക്കുന്ന സമരോന്മുഖതയുടെ നാനാതലങ്ങൾ *കറുത്ത നായ*യിൽ വായിച്ചെടുക്കാം. മനുഷ്യൻ മനുഷ്യനോടുതന്നെ കാണിക്കുന്ന നീതികേടുകളുടെ ത്രിമാനചിത്രം ഈ കവിത വരച്ചിടുന്നു. മദാമ്മവേട്ട മകൻ അച്ഛനെ പഴയ വണ്ടിക്കാരന്റെ മുറിയിലേക്ക് തള്ളുന്നു. അപ്പോൾ വിളിക്കാതെ തന്നെ കൂടെപ്പോന്ന കറുത്ത നായ ഉണ്ട ചോറിന് നന്ദി കാണിക്കുന്നവൻ എന്ന ലളിതധാരണയിൽ നാം നിന്നുപോകും. എന്നാൽ ഈ കറുത്ത നായ സംരക്ഷണത്തിന്റെ ധർമ്മത്തിനുപകരം, സംഹാരാത്മകതയുടെ പ്രതിരൂപമാകുന്നു.

സ്മൃതിതൻ പാത തോറും
ലക്ഷ്യമറ്റോടും, മനഃ
പ്രതിബിംബമായ്പ്പറ്റു
മിക്കറുത്തതാം ശ്വാവും

പഴയ അഭിഭാഷകനായിരുന്ന അച്ഛന്റെ മുൻകാല ചെയ്തികൾ, അന്നത്തെ ക്രൂരകൃത്യങ്ങളുടെ ഓർമ്മകൾ ചികഞ്ഞെടുക്കുന്നതോടെയാണ് ഈ കവിതയിലെ മൂന്നുതലങ്ങളും വെളിപ്പെടുന്നത്. പെറ്റുകിടക്കും ചെറുമിയെ കുടിയൊഴിപ്പിച്ചതടക്കമുള്ള മഹാക്രൂരതകൾ - അയാളുടെ യൗവനത്തിലെ നിഷ്ഠൂരകൃത്യങ്ങൾ, വാർദ്ധക്യത്തിൽ അച്ഛന് സംരക്ഷണമേകാത്ത മകന്റെ നിരുത്തരവാദിത്തം - ഇവയാണ് ആദ്യത്തെ രണ്ടുതലങ്ങൾ. പട്ടിണികൊണ്ട് ചെറുമക്കൾ കരയുമ്പോഴും പത്തായം തുറക്കാതിരുന്ന ജന്മിയായിരുന്നു അച്ഛൻ എന്നതും മദാമ്മയെ വിവാഹം കഴിച്ചവനാണ് മകൻ എന്നതും കൂട്ടിവായിക്കുമ്പോൾ ലഭിക്കുന്നതാണ് മൂന്നാമത്തെ ചിത്രം. ജന്മിവ്യവസ്ഥയുടെ ക്രൂരതയും പാശ്ചാത്യസംസ്കാരത്തിന്റെ അധിനിവേശവും നീതികേടുകളുടെ ആവർത്തിക്കുന്ന ചിത്രങ്ങൾ തന്നെ

യാണ് നൽകുന്നതെന്ന് പി കവിത വ്യക്തമാക്കുന്നു.

സ്ഥിതിസമത്വ വാദമുൾപ്പെടെ ജൈവനീതിബോധത്തിന്റെ നിലാസ്പർശമുള്ള കൃതിയാണ് *ചന്ത പിരിഞ്ഞിട്ടും*. പാതിരാവിലും മദ്യസേവ നടത്തിക്കൊണ്ടിരിക്കുന്ന വണ്ടിക്കാരനോടുള്ള കവിയുടെ ചോദ്യങ്ങൾ പ്രതിഷേധവും അമർഷവും വഹിക്കുന്നതാണ്.

> നിൻനില കണ്ടുതാനെ ചിരിക്കയാം
> ശൂന്യപാനീയപാത്രം *പത*കളാൽ
> വായിൽനിന്നൊഴുകുന്ന *പത*യോടും
> പാതവക്കിൽ കിടപ്പുണ്ട് കാളകൾ.

ഇവിടെ പത എന്ന പദം സൃഷ്ടിക്കുന്ന വിരുദ്ധാർത്ഥങ്ങൾ ശ്രദ്ധിക്കേണ്ടതാണ്. വണ്ടിക്കാരനുവേണ്ടി കനത്ത ഭാരം വലിച്ച് (അന്യർക്കുവേണ്ടി) തളർന്ന കാളയുടെ പത - കാളയെക്കൊണ്ട് പണിയെടുപ്പിച്ച് ലഭിച്ച (മറ്റൊരാളുടെ അധ്വാനഫലം) പണം കൊണ്ട് മദ്യപിച്ച് വണ്ടിക്കാരൻ വരുത്തിയ പത. നീതിനിഷേധത്തിന്റെ സങ്കടചിത്രമാണ്, പത എന്ന വെള്ളച്ചോരയുടെ ബിബ കല്പനയിലൂടെ ദൃശ്യവത്ക്കരിക്കുന്നത്.

കല പറയുന്ന ജൈവനീതി

കലാകാരൻ എന്ന കവിത പി യുടെ കലാദർശനത്തെ വിവരിക്കുന്നതു മാത്രമല്ല. ത്യാഗരാജസ്വാമിയുടെ ആദർശത്തിന്റെ ആർജ്ജവം കവി മനസ്സിൽ ചെലുത്തിയ സ്വാധീനത്തിന്റെ സൃഷ്ടിയാണ് ഈ കവിത. രാജനീതി തള്ളിപ്പറഞ്ഞപ്പോഴും സാധാരണ മനുഷ്യർ സ്വാമിയെ അംഗീകരിക്കുകയും ആദരിക്കുകയും ചെയ്തു. അധികാരിവർഗ്ഗത്തിന്റെ ആശീർവാദമില്ലെങ്കിലും, തന്റേതായ ആദർശനിഷ്ഠയുള്ളവരെ ജനം അംഗീകരിക്കും എന്ന പാഠം ഈ കവിത തരുന്നു.

അധികാര ഗർവ്വിൻ ശാസനത്തെ 'സുരഭിലം താമരപ്പൂവിലൊതുങ്ങുന്ന സുരുചിര സാമ്രാജ്യം' കൊണ്ടാണ്, അലിവുറ്റ സുസ്മിതം കൊണ്ടാണ്, പരമപ്രണയവും ആനന്ദവും കൊണ്ടാണ് ഈ ജനകീയ സംഗീതജ്ഞൻ പകരംവയ്ക്കുന്നത്. 'ഭരണകൂടത്തിനും മാറും നയത്തിനും' അടിമയല്ല കല എന്ന പ്രഖ്യാപനമാണിത്. പ്രകൃതിയുടെയും സമൂഹത്തിന്റെയും സൃഷ്ടിയാണ് കല. അത് മുടിയുന്ന മന്നന്റെ ആസ്ഥാനങ്ങളിൽ അടിയറ വെക്കാനുള്ളതല്ല. ഈ ജൈവ

സത്യമാണ് കലാകാരനെ നയിക്കേണ്ടുന്ന 'രാജമാർഗ്ഗം'. പ്രകൃതിയിലെ കല ആർക്കുവേണ്ടിയുള്ളതാണ്.

മധുവുണ്ടു കോകിലമേകാന്തകാന്താര-
തടസീമ്നി പാടുന്നതാർക്കുവേണ്ടി?
ഇരുളിൽ മയങ്ങവേ പാരിടം; പാതിരാ-
പ്പറവകൾ പാടുന്നതാർക്കുവേണ്ടി?
അരുവികൾ മൂകവനങ്ങളിലമ്പഹം
ശ്രുതി മുഴക്കീടുവതാർക്കുവേണ്ടി?

കുയിലും പറവയും അരുവിയും പാടുന്നത് ഭൂമിയെ (അതിലെ സർവ്വ ചരാചരങ്ങളെയും) പുതുമഴയായ് വന്നു പുളകം പുതപ്പിക്കാനും താരാട്ടാനും വേണ്ടിയാണ്.

ജൈവനീതിബോധത്തിന്റെ ചൈതന്യമാണ് ഈ കവിതയുടെയും പ്രേരണയെന്ന് വ്യക്തം. ഈ നിഖില ചരാചരചൈതന്യം തന്നെയാണ് *കളിമണ്ണിൽ നിന്നൊരു കന്യക*യുടെയും അന്തർധാര.

സർവ്വചരാചരസുഖദം ജീവിതപാത്രം പണിതീർക്കാൻ
സാത്വികദീപ്തി പരത്തിപ്പൊങ്ങുക പുലരിപ്പൂൺപേ നീ
സത്യസമത്വക്കരുവിൻ നൂതനലോകം വാർക്കുക നീ

പ്രപഞ്ചനീതി

വേട്ടാളനും പുൽക്കൊടിയും ചിതലും മിന്നാമിനുങ്ങും കുരുവിയും കൊച്ചലയും കാർമുകിലും പുലർകാറ്റും തേനീച്ചയും താമരമൊട്ടുമെല്ലാം ഉൾപ്പെടെ ഇഴചേർന്നിരിക്കുന്ന ചരാചരങ്ങളെക്കുറിച്ച് ലഘുകവിതകളുടെ രൂപത്തിൽ എഴുതിയ *പ്രപഞ്ചം* പി കവിതയിലെ ജൈവനീതിദർശനത്തിന്റെ പ്രകടനപത്രികയാണ്. സർവ്വജീവജാലങ്ങളുടെയും പ്രപഞ്ചമാണിതിൽ പരിഗണനാവിഷയം. വൈരുദ്ധ്യങ്ങളുടെ സങ്കീർണ്ണതയ്ക്കിടയിലും ജൈവ സ്നേഹത്തിന്റേതായ ഗഹനഘടനയെ ഈ കവിതയിൽ വർണ്ണിച്ചിട്ടുണ്ട്. അതാകട്ടെ തദ്ദേശീയമായ ജീവിതസങ്കല്പനത്തിൽ അടിയുറച്ചതുമാണ്. മണ്ണുരുള കൊണ്ട് മാളിക പണിതീർക്കുന്ന വേട്ടാളന്റെ കരവിരുതിനെ പ്രകീർത്തിച്ചശേഷം കവി ചോദിക്കുന്നു:

ഇരുളിൻ ശയ്യയിൽ മണിദീപം
തെളിയിക്കും പൂങ്കൊടിയെവിടെ?

പുൽക്കൊടിയാകട്ടെ, തന്റെ മിഴിനീർച്ചില്ലിൽ നിശ്ചലമായൊരു ആകാശം നിഴലിക്കുന്നതറിയുന്നു. തന്റെ മണിമാളികപ്പണി കാണാൻ ഉറുമ്പുകളുടെ വരവിനെക്കുറിച്ചാണ് ചിതലിനു പറയാനുള്ളത്. കൂരിരുൾ കോരിയരിച്ചെടുത്ത്, ഉടലിന്റെ പാതി തീർത്ത്, കൊച്ചുടൽ പാതിയടർത്തെടുത്ത് പത്തരമാറ്റൊളിപ്പൊന്നു തീർക്കുന്ന മിന്നാമിനുങ്ങിനോടുള്ള ചോദ്യമിതാണ്:

നേർത്തൊരിപ്പൊന്മണി മാലയല്ലിൽ-
ച്ചാർത്തുവാൻ പച്ചിലക്കാടെവിടെ?

കലയുടെ കോമളചികുരം പോലെ നേർത്തനാരു കൊണ്ട് പുതിയ നാകം പണിയുന്ന കുരുവിയോട്,

പേശലമിക്കുടിൽ വെൺകളിപൂശും
കന്നിത്തിങ്കൾക്കലയെവിടെ?

പൊൻചിലമ്പിട്ട പൊന്നാര്യൻ വയലിനോട്,

പാട്ടിന്റെ മത്തിൽ മയങ്ങിപ്പടമെടു-
ത്താടുവാൻ നീലനഭസ്സെവിടെ?

എന്നിങ്ങനെ ചോദ്യങ്ങളിലൂടെ ജൈവനീതിയുടെ വെളിച്ചത്തെ കവി പ്രകാശിതമാക്കുന്നു. ഈ ചോദ്യങ്ങളുടെ ഉത്തരം സ്വയം പ്രകാശിതമാണെങ്കിലും, മറയത്തു കിടക്കുന്ന ജൈവനീതി സത്യത്തെ അനാവൃതമാക്കുകയാണ് ഈ കവിതയുടെ അകപ്പൊരുൾ. കാർമുകിലിനോടുള്ള ചോദ്യത്തിൽ അതു പകൽപോലെ വെളിപ്പെടുന്നു:

അവശയാമവനിതന്നര മറയ്ക്കാൻ-
പാഴ്മരുപ്പറമ്പൊരു വനികയാക്കാൻ
ഉടലുരുകുമിക്കരുണയുടെ
കാതലുകാണും കരളെവിടെ?

പൂങ്കിളിയോടുള്ള ചോദ്യത്തിൽ ഏകലോക സ്വപ്നം തെളിയുന്നു:

വേർതിരിയും പാരിടത്തിൽ
കൂരിരുൾക്കുടിലു വിട്ടു-
ഏകമാം പൊരുളുണരും
വാനമേറിപ്പാടുമോ നീ?

പ്രപഞ്ചത്തിന്റെ അനന്തവൈചിത്ര്യവും ഇഴചേർന്ന ബന്ധങ്ങളും കാണാൻ കണ്ണില്ലാത്ത, കേൾക്കാൻ കാതില്ലാത്ത, മനസ്സി

ലാക്കാൻ കരളില്ലാത്ത മർത്യന്റെ നീതി ശാസ്ത്രത്തോടുള്ള വിമർശനമാണ് ഈ ചോദ്യങ്ങൾ.

*കാളിദാസന്റെ പെറ്റമ്മ*യും *ഉദ്യാനപാലക*നും മനുഷ്യനീതിയിൽ വിശ്വാസം നഷ്ടപ്പെട്ടതിന്റെ, മനുഷ്യൻ ചമച്ച കൃത്രിമലോകത്തിന്റെ സ്വാർത്ഥ നീതിക്കുമുന്നിൽ പരുങ്ങുന്ന ജീവജാലങ്ങളുടെ ഉത്കണ്ഠയാണ് ആവിഷ്ക്കരിക്കുന്നത്. ഒളിയറ്റു മങ്ങി മയങ്ങുന്ന നിലാവൊളി പോലെ, എണ്ണ ചതിച്ച തിരിപോലെ ഫലശൂന്യമായ പാഴ്നിയമങ്ങൾക്കാണ് മനുഷ്യൻ തോക്കേന്തി കാവൽ നിൽക്കുന്നത്! ജീവജാലങ്ങൾക്ക് തുല്യനീതി നിഷേധിക്കുന്ന കെട്ട വ്യവസ്ഥയോട് പി കവിത രോഷം കൊള്ളുന്നു.

ജീവിയെന്ന ജാതി, പ്രേമമെന്ന മതം

കേവലം അമറുകയും അമർഷം കൊള്ളുകയും മാത്രമല്ല പി ചെയ്യുന്നത്. ജൈവനീതി ദർശനത്തെ ബദൽ വ്യവസ്ഥയായി അവതരിപ്പിക്കുന്നു. ഭീതിയുടെ പ്രതിരൂപമായി മാത്രം കടുവയെ കണ്ടു ശീലിച്ചവരോട്,

> കടുവാമുത്തശ്ശി തൻ കുഞ്ഞിനെത്താലോലിക്കും
> മധുരത്തേൻകൂടുള്ള നീലമാമല

എന്ന കാഴ്ചപ്പാട് പുതിയൊരു ഉൾക്കണ്ണ് തരുന്നു. പാമ്പിനെ മനസ്സിലാക്കാം, പേപ്പട്ടിയെ കണ്ടാലറിയാം, പുലിയെ തിരിച്ചറിയാം; മനസ്സു വട്ടം കറങ്ങി, മനുഷ്യനെ മനസ്സിലാക്കാനെന്തു വഴി' എന്നു ചോദിച്ചു നിരാശാഭരിതനും വിഷാദമൂകനുമായി പിന്മാറുന്നതല്ല പി കവിത. പ്രതീക്ഷയുടെ മുകുളമായി ഉറച്ച ജൈവനീതി അവബോധം പി കവിതയെ നയിക്കുന്നു:

> കാറ്റും വെളിച്ചവും പോലാണു ഭൂമിയും
> നേട്ടത്തിനേവരും തുല്യാവകാശികൾ
> ജീവിയെന്നുണ്ടൊരു ജാതി; മതമൊന്നു
> പാവന പ്രേമ- മാമന്ത്രം ജപിക്കുവിൻ
>
> (*സന്യാസികളുടെ പാട്ട്*)

സ്വേച്ഛക്കനുസരിച്ച് മനുഷ്യൻ കെട്ടിപ്പടുത്ത നീതിയെ തീപ്പൊള്ളിച്ച് ജീവജാലങ്ങൾക്കും ചരാചരങ്ങൾക്കും നീതി പുലരുന്ന ജൈവ വ്യവസ്ഥ പുലരണമെന്നാഗ്രഹിക്കുന്നതാണ് പി കവിത. ആ സത്യസമത്വദർശനം പി കവിതയുടെ ഉണ്മയാണ്.

ജൈവനീതി ദർശനത്തിന്റെ മാനിഫെസ്റ്റോ

എല്ലാ തിമർപ്പുകൾക്കും ശേഷം തിരിഞ്ഞുനോക്കുമ്പോൾ കാണുന്നതെന്താണ്? നാടിനും മനുഷ്യർക്കും പ്രകൃതിക്കും സംഭവിച്ച അപചയത്തെക്കുറിച്ച് എല്ലാവരും വാചാലരാകുന്നു. വികസനമാതൃക തെറ്റിപ്പോയെന്ന് പലർക്കും തിരിച്ചറിവുണ്ടായിട്ടുണ്ട്. പരിസ്ഥിതി തകർച്ചയെക്കുറിച്ച് ചർച്ച ചെയ്യാൻ അന്താരാഷ്ട്ര ഉച്ചകോടികൾ ചേരുന്നു, ഉടമ്പടികളുണ്ടാക്കുന്നു. നാം ഇന്നു പ്രകടിപ്പിക്കുന്ന ഇതേ ഉത്കണ്ഠകളാണ് അരനൂറ്റാണ്ടിനുമപ്പുറം പി കവിത പ്രകടിപ്പിച്ചത്. ആ കവിത ചൂണ്ടിയ വഴികളിലാണ് ഇന്ന് സാമൂഹ്യ ചിന്തകരും ബുദ്ധിജീവികളും ശാസ്ത്രജ്ഞരും അന്വേഷണം നടത്തുന്നത്.

ജൈവനീതി ദർശനത്തിന്റെ സമ്യക്കായ സമീപനം പി കവിതയുടെ സവിശേഷതയാണ്. അഗാധസ്പർശിയാണ് അതിലെ നിരീക്ഷണങ്ങൾ. പി യുടെ നിതാന്തമായ കാവ്യപ്രമേയം പ്രകൃതിയും അതിന്റെ ഹരിതസൗന്ദര്യവും അനന്ത വിസ്മയവുമാണ്. 'വിശ്വപ്രകൃതിയുടെ ഒടുങ്ങാത്ത ആ സൗന്ദര്യരത്നഖനി എനിക്ക് ഉത്തേജനം നൽകുന്നു. ചെടികളും പുൽക്കളും പുഴുക്കളും കൂടിത്തൻ കുടുംബക്കാരായിക്കാണാൻ പഠിപ്പിച്ച അദ്വൈത വിദ്യാസംസ്കാരം - വിശ്വവിശാലമായ അനന്തപ്രകൃതി പ്രേമം -അതാണെന്റെ കാവ്യജീവിത സൗധത്തിന് അസ്ഥിവാരം.' (*ചളിക്കുളവും താമരപ്പൂക്കളും*). ജൈവനൈതികതയിൽ അധിഷ്ഠിതമാണ് പി കവിത. കലാകാരൻ എന്ന നിലയിൽ തന്റെ തത്വശാസ്ത്രം പി തന്നെ വിളംബരം ചെയ്യുന്നു:

കലയെ സ്നേഹിച്ചു നീയെങ്കിലോ ജഗദാദി
നിലയ പ്രകൃതിയെ ചേതസ്സാപൂജിച്ചാലും
ജീവിതം സുഖമയ ജീവിതം അനശ്വര-
ജീവിതമാശിക്കുകിൽ സത്യത്തെ ഭജിച്ചാലും
ജീവിതം വിശ്വപ്രേമജീവിതം, സൗന്ദര്യത്തിൻ
ജീവിതം കൊതിച്ചാകിൽ വിശ്വത്തെ സ്നേഹിച്ചാലും
ഉല്ലസന്മൃദ്വംഗമാം പുഷ്പം നീ കൊതിക്കുകിൽ
മുള്ളുള്ള ചെടിത്തണ്ടു കൈക്കൊണ്ടാലും നീ.
(*മഴവില്ല്*)

പ്രപഞ്ചത്തിന്റെ സത്യവും ജീവിതത്തിന്റെ സാരവുമാണ് പി കവിതയിൽ ആവിഷ്ക്കരിച്ചിട്ടുള്ളത്. 'കലിയുഗ' മനുഷ്യന്റെ ദുർനീതിക്കെതിരെ ജൈവനീതിയുടെ വക്കാലത്തുമായാണ് പി കവിത നിലകൊള്ളുന്നത്. ലോകൈകകുടുംബം വിട്ട് ഒറ്റയ്ക്ക് ഭാഗം വാങ്ങിപ്പോകുന്ന മനുഷ്യജീവിതങ്ങളെ നരകദുരിതങ്ങളും മനോവിഭ്രാന്തിയും പിടികൂടുമെന്ന് (*ഭാഗം വേണ്ട*) അതു മുന്നറിയിപ്പ് നൽകുന്നു.

പ്രകൃതിയും ജീവജാലങ്ങളും മനുഷ്യനും തമ്മിൽ ഭാഗം പിരിവ് വേണ്ട എന്ന പി കവിതയിലെ നിലപാട് നൈരന്തര്യമുള്ളതാണ്. മർത്ത്യനിയമപ്പെരുങ്കോട്ട നിർമ്മിച്ച് നിത്യനിയമ (ജൈവനീതി)ത്തെ തകർക്കരുതെന്ന് (*ആകാശവാണി*) അതുറക്കെ വാദിക്കുന്നു.

മനുഷ്യനിർമ്മിതമായ നിയമത്തിൽക്കൂടി സമൂഹവ്യവസ്ഥ ചലിക്കുന്നു. സമൂഹനിയമത്തിൽ സ്വാർത്ഥം നിരോധിക്കപ്പെട്ടിട്ടില്ല. എന്നാൽ ദൈവിക (ജൈവ) നിയമത്തിൽ അത് നിരോധിക്കപ്പെട്ടിരിക്കുന്നു. ഭൗതിക മനുഷ്യൻ തന്റെ സ്വാർത്ഥ സംപൂർത്തിക്ക് താൻ നിർമ്മിച്ച നിയമത്തിന് ഓർക്കാപ്പുറത്ത് പല ഭേദഗതികളും വരുത്തുന്നു. ദ്രോഹിച്ചാൽ ശിക്ഷിക്കണം എന്ന് മനുഷ്യനിയമം. ദ്രോഹിക്കാതിരിക്കുക, സ്നേഹിക്കുക - അത് പ്രകൃതിനിയമം. ഭൗതിക മനുഷ്യന്റെ ക്ഷണികസ്വഭാവമുള്ള നിയമത്തിനു വഴങ്ങാൻ പൂർണ്ണ മനുഷ്യൻ ബാദ്ധ്യസ്ഥനല്ല. സ്വയം സത്യത്തിന് കീഴ്പ്പെട്ട മനുഷ്യൻ ലക്ഷം എടുക്കാൻ തഞ്ചം കിട്ടിയാലും അത് ഉപേക്ഷിക്കുന്നു. ഉള്ളിൽ നിന്നു വരുന്ന

താണ് നിയമം. അതിന് ഭയമില്ല. പ്രപഞ്ചം ഭരിക്കുന്ന ഈ സത്യനിയമത്തിന് ഭേദചിന്തയില്ല. സർവ്വചരാചരങ്ങളുടെ ഹൃദയത്തിൽ കുടികൊള്ളുന്ന ഈ ശാശ്വത നിയമം, സനാതന നിയമം, സ്വന്തം നിയമമാക്കിയവനാണ് പൂർണ്ണമനുഷ്യൻ. ഈ നിയമത്തിന്റെ മൂന്ന് ആധാരസ്തംഭങ്ങളാണ് സത്യം, ത്യാഗം, സ്നേഹം. (നിയമം- വിചാരവിഹാരം - ഭാഗം രണ്ട്)

'ജൈവനീതി ദർശന'മെന്ന അലിഖിത ഗ്രന്ഥത്തിന് പി കുറിച്ച ആമുഖമാണിത്.

പ്രകൃതിയിലെ എല്ലാതരം ചരാചരങ്ങളെയും അവയുടെ സൂക്ഷ്മഭാവങ്ങളെയും ചിത്രണം ചെയ്യുന്ന പി കവിത, അവയുടെ രചനാകാലത്ത് ഉണ്ടാക്കിയതിലും ശക്തമായ പ്രഭാവം പിന്നീട് കൈവരിച്ചിട്ടുണ്ട്. ജൈവനീതിയുടേതായ ദീർഘസിദ്ധാന്തങ്ങളെ, അതിന്റെ ആശയലോകത്തെ പി കവിതയും ഗദ്യവും ഒരു ചിമിഴിലൊതുക്കി വിശദീകരിക്കുന്നു. അവയിലെ കേവലമായ പ്രകൃതി വർണ്ണനകൾക്കുപോലും പ്രസക്തി വർദ്ധിച്ചുവരുന്നു. പരിസ്ഥിതി വിജ്ഞാനീയമുൾപ്പെടെ വിവിധ ജ്ഞാനമണ്ഡലങ്ങളിൽ അതിനു നല്ല പരിഗണന ലഭിക്കുന്നു.

ഈ ലോകത്തേക്കുള്ള വരവ് പി ഒരു തീർത്ഥയാത്ര പോലെയാണ് കണ്ടിരുന്നത്. വഴിയമ്പലത്തിൽ കിടന്നുറങ്ങിപ്പോയി. തപ്പിപ്പിടഞ്ഞെഴുന്നേറ്റപ്പോൾ കൂട്ടുകാർ പലവഴിക്ക് പോയിക്കഴിഞ്ഞിരുന്നു. കാട്ടിൽ ഏകാകിയായി. ഏറ്റേണ്ടതാം കെട്ടുമേന്തി വഴി തപ്പി നടന്നു. 'കൂടെ പോരൂ' യെന്ന് കാട്ടുമലർ വിളിച്ചു. 'മുന്നോട്ടു പോകൂ' എന്ന് പാതിരാക്കുയിൽ ഉപദേശിച്ചു. 'ഇരുൾ കാട്ടിനപ്പുറം വെളിച്ചം പൂക്കും പൂങ്കാവനം കാണാ'മെന്ന് താരക വിളിച്ചുപറഞ്ഞു. (*കളിയച്ഛനു ചുറ്റും* - മല്ലിശ്ശേരി കരുണാകരൻ). പ്രകൃതിയുടെ സ്വാഭാവിക ഘടനയെ നശിപ്പിക്കുന്ന പ്രവർത്തനങ്ങളെ തീർത്തും നിരാകരിക്കുന്ന നിലപാടാണ് പി കവിതയിലേത്.

നാടിന്റെ സംസ്കൃതിയാണ് പി യുടെ അനുഭവലോകം. ഈ സഞ്ചിതസംസ്കാരവും അതിന്റെ നാഡിമിടിപ്പുകളും പി കവിതയ്ക്ക് ജൈവസൗന്ദര്യമേകുന്നു. പ്രകൃതിയുടെ ശക്തിവിശേഷങ്ങളിലാകെ മാനുഷികം സാക്ഷാൽക്കരിക്കുന്നതാണ് പി കവിത. മനുഷ്യനും പ്രകൃതിയുടെ ഭാഗമാണെന്നാണ് അതിന്റെ നിലപാട്.

പ്രപഞ്ചത്തിന്റെയും മനുഷ്യന്റെയും ആന്തരതത്വം ഒന്നുതന്നെയെന്ന അദ്വൈത ചിന്തയുടെ സ്വാധീനം പി യിലുണ്ട്.അതിന്റെ ബഹിർസ്ഫുരണമായാണ് വിശ്വപ്രേമം പി കവിതയിൽ മുന്തിനിൽക്കുന്നത്. വ്യക്തിയെയും സമൂഹത്തെയും അഥവാ മനുഷ്യനെയും പ്രകൃതിയെയും ബന്ധിപ്പിക്കുന്ന ജൈവനാളമാണ് പ്രപഞ്ചമെന്ന ദർശനമാണ് സമൂർത്തദൃശ്യങ്ങളായി പി കവിതയിൽ വ്യാപരിച്ചിരിക്കുന്നത്.

സഹായക കൃതികൾ

I. **പി.കുഞ്ഞിരാമൻനായരുടെ കൃതികൾ**

1) പി കവിതകൾ - രണ്ട് വാല്യം (സമ്പൂർണ്ണം), ഡോ.എ.കെ. നമ്പ്യാർ (എഡി.), കോട്ടയം: ഡി.സി.ബുക്സ്, 2005
2) കവിയുടെ കാൽപാടുകൾ, കോട്ടയം: സാഹിത്യപ്രവർത്തക സംഹകരണസംഘം, 1975
3) എന്നെ തിരയുന്ന ഞാൻ, കോട്ടയം: ഡി.സി.ബുക്സ്, 1977
4) നിത്യകന്യകയെ തേടി, കോട്ടയം: ഡി.സി.ബുക്സ്, 1997
5) വിചാര വിഹാരം-രണ്ട് ഭാഗം, കൂടാളി: കെ.ടി.ജി നമ്പ്യാർ, 1953

II. **പി കവിതാപാഠങ്ങൾ (പുസ്തകങ്ങളും സമാഹാരങ്ങളും)**

1) മഹാകവി പി. (33 ഉപന്യാസങ്ങൾ), കാഞ്ഞങ്ങാട്: മഹാകവി പി ഷഷ്ടിപൂർത്തി ആഘോഷക്കമ്മിറ്റി. (വിതരണം: നാഷണൽ ബുക് സ്റ്റാൾ), 1966
2) മഹാകവി പി സ്മരണിക - 1999 (17 പഠനങ്ങൾ), കാഞ്ഞങ്ങാട് : മഹാകവി പി കുഞ്ഞിരാമൻനായർ മെമ്മോറിയൽ ട്രസ്റ്റ്, 1999
3) കളിയച്ഛനു ചുറ്റും, കരുണാകരൻ മല്ലിശ്ശേരി, തൃശ്ശൂർ: കേരള സാഹിത്യ അക്കാദമി, 1997.
4) കുഞ്ഞിരാമൻനായർ കവിത, ചന്ദ്രശേഖരൻ മേലത്ത്, കോട്ടയം: സാഹിത്യ പ്രവർത്തക സഹകരണസംഘം, 1993
5) പി കുഞ്ഞിരാമൻനായരുടെ കവിത: ഒരു വിമർശനാത്മകപഠനം, ബി ഭാനുമതി അമ്മ, കോട്ടയം: (വിതരണം: നാഷണൽ ബുക് സ്റ്റാൾ), 1989
6) പി കുഞ്ഞിരാമൻനായരും സവർണഹിന്ദുമതവും, ബാലചന്ദ്രൻ ചുള്ളിക്കാട്, തിരുവനന്തപുരം: ചിന്ത പബ്ലിഷേഴ്സ്, 2006.

7) പിയുടെ പ്രണയപാപങ്ങൾ, ആലങ്കോട് ലീലാകൃഷ്ണൻ, കോഴിക്കോട് : മൾബറി പബ്ലിക്കേഷൻസ്, 1998
8) പി മായാത്ത കാല്പാടുകൾ, എൻ.സന്തോഷ്കുമാർ (എഡി:), കോഴിക്കോട് : മാതൃഭൂമി ബുക്സ്, 2006
9) കവിതയുടെ രഥോത്സവം, അജയപുരം ജ്യോതിഷ് കുമാർ (എഡി:), തിരുവനന്തപുരം: കേരളഭാഷാ ഇൻസ്റ്റിറ്റ്യൂട്ട്, 2002

III. **പി.കവിതാപഠനങ്ങൾ (മുകളിലെ സമാഹാരങ്ങളിൽ ഉൾപ്പെടാത്ത ലേഖനങ്ങൾ.)**

1) പി യും പ്രകൃതിവർണ്ണനയും, ഡോ.എൻ.വി.പി ഉണിത്തിരി, മംഗളോദയം, പു. 4, ല.9, 1976 മെയ്.
2) പിയുടെ കവിതയിലെ മനുഷ്യാഭിമുഖ്യമില്ലായ്മ, പവനൻ, ദേശാഭിമാനി ഓണം വിശേഷാൽ പ്രതി, 1978
3) പി യുടെ കവിത: വരലാഭവും സ്വപ്നങ്ങളും, ഡോ.എം.ലീലാവതി, സാഹിത്യസമിതി മാസിക, വാ.3, ല.4, 1978 ഒക്ടോബർ.
4) പി യുടെ ജീവിതവീക്ഷണം, ഡോ.എം.ലീലാവതി, ഭാഷാപോഷിണി, പു.7, ല.3, 1983 ഒക്ടോബർ - നവംബർ
5 പി യുടെ കവിത, തായാട്ട് ശങ്കരൻ, ചിന്താസൗരഭം, കോട്ടയം: ഗ്രന്ഥകർത്താവ്, (വിതരണം എൻ.ബി.എസ്), 1975
6) കുഞ്ഞിരാമൻനായരുടെ കവിത, സി.പി. ശ്രീധരൻ, നിരൂപക ദൃഷ്ടിയിൽ, ആലപ്പുഴ: ശ്രീകൃഷ്ണവിലാസം ബുക് ഡിപ്പോ, 1972.
7) പരിസ്ഥിതി കവിതയ്ക്ക് ഒരാമുഖം, പി.പി.കെ.പൊതുവാൾ, കോട്ടയം : ഡി.സി.ബുക്സ്, 1995
8) കൊളോണിയലിസം, ആധുനികത, ആധുനികതാവാദം: ഒരു കാവ്യപാരമ്പര്യത്തിന്റെ ഉദയം, പി.പി.രവീന്ദ്രൻ, ആധുനികാനന്തരം വിചാരം വായന, തൃശ്ശൂർ : കറന്റ് ബുക്സ്, 1999
9) ഒരു കവിയുടെ ശക്തി, നരേന്ദ്രപ്രസാദ്, ഭാവുകത്വം മാറുന്നു, കോട്ടയം: നന്ദ (വിതരണം: എൻ.ബി.എസ്), 1975
10) തീർത്ഥയാത്രാപഥങ്ങളിൽ പതിഞ്ഞ പാദമുദ്രകൾ, വി.പി.പി. മുസ്തഫ, സാഹിത്യലോകം, പു. 25, ല. 3, 2000 മെയ് - ജൂൺ